देवदास

मूळ बंगाली लेखक
शरच्चंद्र चट्टोपाध्याय

अनुवाद
मृणालिनी गडकरी

मेहता पब्लिशिंग हाऊस

All rights reserved along with e-books & layout. No part of this publication may be reproduced, stored in a retrieval system or transmitted, in any form or by any means, without the prior written consent of the Publisher and the licence holder. Please contact us at **Mehta Publishing House**, 1941, Madiwale Colony, Sadashiv Peth, Punea 411030.
© +91 020-24476924 / 24460313
Email : info@mehtapublishinghouse.com
production@mehtapublishinghouse.com
sales@mehtapublishinghouse.com
Website : www.mehtapublishinghouse.com

◆ या पुस्तकातील लेखकाची मते, घटना, वर्णने ही त्या लेखकाची असून त्याच्याशी प्रकाशक सहमत असतीलच असे नाही.

DEVDAS by SARAT CHANDRA CHATTOPADHYAY

देवदास / कादंबरी

अनुवाद	: मृणालिनी गडकरी
	व्यंकटेश अपार्टमेंट, २अ+१ब, सुस रोड, पाषाण, पुणे – २१.
प्रकाशक	: सुनील अनिल मेहता, मेहता पब्लिशिंग हाऊस,
	१९४१ सदाशिव पेठ, माडीवाले कॉलनी, पुणे – ३०.
अक्षरजुळणी	: एच. एम. टाईपसेटर्स, ११२०, सदाशिव पेठ, पुणे – ३०.
मुखपृष्ठ	: चंद्रमोहन कुलकर्णी

प्रकाशनकाल : ऑगस्ट, २००२ / जानेवारी, २००८ /
पुनर्मुद्रण : जुलै, २०१३

ISBN 81-7766-331-3

मनोगत

'देवदासचा अनुवाद करायचाय. करणार ना?' असं जेव्हा श्री. सुनील मेहता ह्यांनी मला विचारलं तेव्हा मी जरा गोंधळूनच गेले. कारण शरदबाबूंच्या साहित्याचा अनुवाद करणं ही सोपी गोष्ट नाही, ते एक आव्हान आहे, ह्याची मला जाणीव होती. शरदबाबूंची साहित्यकृती ही वरवर वाचून सोडून देता येत नाही. तिचा जर खरा आनंद घ्यायचा असेल, खरं सौंदर्य पाह्यचं असेल तर ती ओळीओळींमधूनही (between the lines) वाचावी लागते. अशा साहित्यकृतीचा अनुवाद करणं हे फार अवघड असणार हे उघडच आहे. हे आव्हान आपण पेलू शकू का अशी शंकाही मनात आली. पण शरदबाबूंबद्दल वाटणारा प्रेमादर आणि त्यांच्या साहित्यानं मनाला घातलेली मोहिनी ह्यामुळेच हा अनुवाद करायचा असं मी ठरवलं.

'देवदास' ही शरच्चंद्र चट्टोपाध्याय (१८७६-१९३८) ह्यांची त्यांच्या साहित्यप्रपंचाच्या आरंभकालातील साहित्यकृती आहे. कोवळ्या तारुण्यातील लेखनाचा हा आविष्कार आहे.

अनुवाद करण्यापूर्वी 'देवदास' आणि त्याचबरोबर शरदबाबूंच्या इतर काही साहित्यकृती व शरदबाबूंवर लिहिलेलं थोडंफार साहित्य जेव्हा मी वाचलं तेव्हा 'देवदास' ह्या आकारानं लहान असलेल्या कादंबरीची महानता माझ्या लक्षात आली. एकोणीसाव्या शतकाच्या अखेरीस लिहिलेली ही कादंबरी आजही जनमानसात लोकप्रिय का आहे, ते समजलं.

शरदबाबूंना बंगालमध्ये जनसाधारणांचे लेखक म्हणूनच ओळखतात. हे बिरुद मिळणं जितकं गौरवाचं आहे तितकंच ते मिळवणं म्हणजे शिवधनुष्य पेलण्याइतकं कठीण आहे. पण शरदबाबूंनी ही किमया अगदी सहजतेनं केली आहे. त्यांची भाषा, त्यांची कथानकं, त्यांनी रंगवलेल्या व्यक्तिरेखा ह्या सर्वांत सहजता होती तसाच वेगळेपणाही होता. त्यामुळे त्यांचं साहित्य हे समाजातील सर्व स्तरांतील स्त्री-पुरुषांना आपलं वाटलं असल्यास नवल नाही. त्यांचं साहित्य हे देशातीत व कालातीत आहे.

बालपणापासून आलेल्या अनुभवांमुळे शरदबाबूंनी लेखनात बंडखोरी केली.

पण एका प्रतिभासंपन्न, संवेदनशील मनाची ही सर्जनात्मक बंडखोरी आपल्या दृष्टीनं वरदानच ठरली. आपल्या साहित्यात शरदबाबूंनी समाजातील सर्वसाधारण, तळागाळातील, इतकेच नव्हे, तर पतित म्हणून समाजानं अव्हेरलेल्यांना नुसतं स्थानच दिलं नाही तर त्यांच्या व्यक्तिरेखांतून त्यांच्यातील माणुसकी, प्रेम, त्याग अशा अत्युत्तम गुणांचं दर्शन घडवलं. आपण ह्या दर्शनानं अवाक होतो. त्यांच्या व्यक्तिरेखा विलक्षण असूनही हाडामांसाच्या वाटतात. 'देवदास'चाच विचार करायचा झाल्यास त्यातील 'पार्वती' ही एका लहानशा गावातील सर्वसामान्य मुलगी. ती देखणी असेलही पण तिनं केलेलं अलौकिक प्रेम, पराकोटीचा त्याग, टोकाची सहनशीलता, त्या काळातील मुलींमध्ये अभावानंच दिसणारा धीटपणा, लहान वयातच आलेली प्रगल्भता ह्या गुणांमुळे ती असामान्य ठरते. 'चंद्रमुखी' वयानं थोडी मोठी आहे. पण आयुष्यात तिच्या वाट्याला आलेल्या घोर वंचनेमुळे तिला पतित व्हावं लागलं आहे. त्यामुळे अनेक माणसं तिच्या आयुष्यात आली. ह्या सर्व कडू अनुभवांतून ती माणसांना अचूक ओळखायला शिकली आहे. तिचं मन स्वच्छ, हळुवार आणि संस्कारशील आहे. म्हणूनच पैशामागे न धावता ती सर्वस्व पणाला लावून देवदासवर प्रेम करते, दुखण्यात त्याची मनापासून सेवा करते. ती अतिशय समंजस आहे. पार्वतीला तिनं कधीही पाह्यलेलंसुद्धा नाही. तरीही पार्वतीचं मन खरं तर तिलाच कळलं आहे. 'पार्वतीनं तुम्हाला फसवलं नाही. तुम्हीच तुम्हाला फसवलं.' ही तिची वाक्यं ह्याचीच साक्ष देतात. पारू आणि चंद्रमुखी– ह्या दोघीही कणखर आहेत. त्यामानानं 'देवदास'च मनानं दुबळा आहे. जमीनदाराचा अहंकार त्यात भरपूर आहे. मात्र मनानं तो दुष्ट नाही. पण त्याच्यात निर्णय घेण्याची, योग्य तिथं विरोध करण्याची क्षमता नाही. पटतं पण वळत नाही, अशी त्याची स्थिती आहे. प्रेमाच्या बाबतीत त्याची अवस्था कस्तुरीमृगासारखी झाली आहे. अखेर देवदास दारूच्या आहारी जाऊन स्वत:च स्वत:वर सूड उगवतो. पारूची आई ही खरोखरीची आई आहे. वात्सल्य, ममता ह्यांचा वर्षाव ती देवदासवरसुद्धा करते– त्याचं पारूशी लग्न होत नाही तरी. 'धर्मदास'ची सेवावृत्ती आणि मालकाविषयी असणारी निष्ठा आणि त्याच्याबद्दल वाटणारी काळजी ह्या सर्वांमुळे धर्मदासला विसरणं अशक्यच आहे. एका गरीब, अनोळखी बैलगाडीवाल्याची माणुसकी पाहून माणसावरचा आपला विश्वास अधिकच बळकट होतो. मनोरमा आणि जलदबाला ह्या सर्वसामान्य स्त्रियांच्या प्रतिनिधी आहेत. 'देवदास' ह्या कादंबरीतील पात्रं कधी कधी विचित्र वागतात, अगम्य बोलतात, आपल्याला कोड्यात टाकतात, म्हणूनच ती नीरस न वाटता जिवंत वाटतात. शरदबाबू माणसाच्या मनातील गुंतागुंत, संघर्ष फार परिणामकारकपणे रेखाटतात.

शरदबाबूंची भाषा अतिशय प्रांजल आणि अंत:स्पर्शी आहे. तिला अलंकारांचा

भपका शोभत नाही आणि त्याची तिला आवश्यकताही नाही. बोजड शब्दांचा अट्टाहास तिला नाही. जशा व्यक्तिरेखा तशीच भाषा. ती प्रासादिक आहे; पण तिला ओज आहे. 'इथं कलकत्त्यासारखी गडबड नव्हती. मौजमजा, नाटक, गाणं-बजावणं नव्हतं. त्यामुळे इथं बालपणीच्या आठवणी मनात गर्दी करायच्या. ती छोटी पारू आता पार्वती झालीय, हे लक्षात यायचं. पार्वतीही विचार करायची, तो देवदास आता देवदासबाबू झालाय. हल्ली देवदास पूर्वीसारखा वरचेवर चक्रवर्तींकडे जात नसे.' ह्या साध्या वाक्यांतून देवदास आणि पार्वती ह्यांच्यात पडलेला फरक चांगल्या रीतीनं स्पष्ट होतो. 'पूर्वी तिनं स्वत:च्या पायावर कुदळ मारून घेतली पण आताचा तडाखा तिच्या मस्तकावरच बसला होता. तिच्या देवदासचं आयुष्य वाया जात होतं आणि ती दुसऱ्याच्या संसाराची घडी बसवण्यासाठी झटत होती.' अशा लहान लहान वाक्यांतून पार्वतीच्या मनात होणारी घालमेल जाणवते. देवदासनं पारूला पाठवलेलं पत्र हे शरदबाबूंच्या भाषेचा उत्कृष्ट नमुना आहे.

ह्या कादंबरीचं मला जाणवलेलं आणखी एक वैशिष्ट्य म्हणजे त्यातील साधे, सरळ पण अर्थपूर्ण संवाद. 'देवदास'चं कथानक संवादातूनच उलगडत जातं, असं म्हटल्यास वावगं ठरू नये. तरुण देवदास कलकत्त्याहून गावी येतो. दुसऱ्या दिवशी तो पारूच्या घरी येतो. सांजवात लावणाऱ्या पारूला तो विचारतो, 'काय चाललंय पारू?' ह्या एका लहान प्रश्नातूनच त्यांच्यात पडलेलं अंतर जाणवतं. पारू मनोरमेला म्हणते, 'तू मैत्रीण. तू माझी अगदी जवळची. पण तो परका कसा? आणि दीदी, मरायचंच ठरवल्यावर विष कडू का गोड असा विचार कोणी करतं का?' हे संवाद खूप काही सांगून जातात. देवदासचे वडील वारल्यानंतर त्याचा मोठा भाऊ द्विजदास मोठमोठ्यानं रडतो, वेड्यासारखं करतो; पण देवदासच्या डोळ्याला पाणी नसतं. अशा वेळी गावातील मधुसूदन घोष त्याच्याजवळ येऊन 'बाबा, नशिबा....' असं त्याचं सांत्वन करायचा प्रयत्न करतात तेव्हा देवदास द्विजदासकडे बोट दाखवत म्हणतो, 'सगळं तिकडे.' ह्या त्रोटक संवादातून द्विजदास, मधुसूदन घोषांसारखी माणसं ह्यांच्या दु:खाच्या खोट्या प्रदर्शनावर शरदबाबू नेमकं बोट ठेवतात. देवदास आणि चंद्रमुखी ह्यांच्या शेवट-शेवटच्या भेटीतील संवाद मुळातूनच वाचावयास पाहिजेत.

ह्या कादंबरीकडे प्रेमाची शोकांतिका एवढ्याच मर्यादित दृष्टिकोनातून पाहणं हा तिच्यावर अन्याय होईल असं मला वाटतं. ह्या प्रेमकहाणीच्या पार्श्वभूमीवर विसाव्या शतकाच्या आरंभीचा समाज उभा आहे हे आपण विसरता कामा नये. ह्या समाजाच्या समजुती, रीतिरिवाज, उच्च-नीचतेच्या कल्पना, जातिभेद, जमीनदारीसारख्या प्रथा, जमीनदार, त्यांची रयत आणि गावांतील इतर लोक ह्यांचे परस्परसंबंध, आधुनिक विचारांचा शहरांतून वाहू लागलेला प्रवाह, त्या काळातील शौक, मौजमजेची

साधनं, व्यसनाधीनता, शहर व गाव ह्यांच्या संस्कृतीतील तफावत ह्या आणि अशाच पुष्कळ गोष्टींचा परिणाम देवदास, देवदासचे आई-वडील, पार्वती व तिचे कुटुंब, चंद्रमुखी ह्यांच्यावर खोलवर झालेला दिसतो. देवदास आणि पारू ह्यांच्या प्रेमाच्या आड प्रामुख्यानं येतो तो समाज. ह्या प्रेमकहाणीत खलनायक असलाच तर तो आहे त्या काळची सामाजिक परिस्थिती.

शरदबाबू सहजसुंदर शैलीत अतिशय मोजक्या शब्दांत हे समाजदर्शन घडवतात. 'वैशाखातली दुपार. ऊन रणरणत होतं. अंगाची लाही लाही होत होती. अशा वेळी मुखोपाध्यायांचा देवदास वर्गाच्या एका कोपऱ्यात एका फाटक्या सतरंजीवर बसला होता.' 'तेव्हा वाजले असतील तीन. नारायण मुखोपाध्याय बाहेर बसून गुडगुडी ओढत होते. एक नोकर पंख्यानं त्यांना वारा घालत होता.... गोविंदगुरुजींना अचानक आलेलं पाहून त्यांना आश्चर्य वाटलं.... गोविंदगुरुजी कायस्थ होते. त्यांनी दंडवत घातला.' 'शहरात राहिल्यामुळे... आता विलायती बूट, नीटनेटके कपडे, छडी, सोन्याची साखळी असलेलं घड्याळ, सोन्याची बटणं नसली तर त्याला लाज वाटत असे.' 'आता प्रेताला कोण शिवणार? कोणी अग्नी द्यायचा? प्रेताची जात कोणती? वगैरे गोष्टींबद्दल लोक चर्चा करायला लागले.' ही काही वाक्ये ह्या संदर्भात पाहण्यासारखी आहेत.

मला जाणवलेलं शरदबाबूंचं आणखी एक वैशिष्ट्य म्हणजे संयम. भाषा असो की व्यक्तिरेखांचे रेखाटन– कधीही सुसंस्कृतपणाची, सभ्यतेची मर्यादा ओलांडली जात नाही. अभिरुची कधीही आपली पायरी सोडत नाही. चंद्रमुखीच चित्रण त्यांनी अतिशय संयमानंच केलं आहे. त्यांचा देवदास मनानं दुबळा आहे, व्यसनी आहे, पण उच्छृंखल किंवा व्यभिचारी नाही. त्यांच्या कथानकात अश्लीलता शोधूनही सापडत नाही.

शरदबाबूंच्या ह्या अपूर्व वैशिष्ट्यांमुळेच रवीन्द्रनाथ, श्री. अरविंद ह्यांनी त्यांचे वारंवार अभिनंदन केले आहे, कौतुक केले आहे. शरदबाबूंनी मातीलाच प्रतिष्ठा मिळवून दिली. समाजाच्या खालच्या तळातील माणसांना आणि पतित मानल्या गेलेल्यांना त्यांनी 'माणसा'च्या आसनावर आणून बसवलं. म्हणूनच त्यांच्या 'देवदास'सारख्या साहित्यकृतींचा सर्वांनीच मनोमन स्वीकार केला. त्या अजरामर ठरल्या.

'देवदास'चा अनुवाद करताना मला शरदबाबूंच्या लेखनातील सौंदर्य पदोपदी जाणवलं आणि हा अनुवाद आनंद देणारा ठरला.

मला ही संधी दिल्याबद्दल मी 'मेहता पब्लिशिंग हाऊस'चे श्री. अनिल मेहता व श्री. सुनील मेहता ह्या पितापुत्रांचे मनापासून आभार मानते.

– मृणालिनी गडकरी

१

वैशाखातली दुपार. ऊन रणरणत होतं. अंगाची लाही लाही होत होती. अशा वेळी मुखोपाध्यायांचा देवदास वर्गाच्या एका कोपऱ्यात एका फाटक्या सतरंजीवर बसला होता. हातात पाटी होती; पाय पसरून डोळ्यांची उघडझाप करत तो इकडे तिकडे पाहत होता, जांभया देत होता. अचानक तो थोडा गंभीर झाला. एक क्षणभरच त्यानं विचार केला आणि ह्या अशा सुरेख वेळेला माळावर पतंगामागून इकडे-तिकडे धावण्याऐवजी वर्गात डांबून बसण्यात काहीच अर्थ नाही असं त्याला मनोमन वाटलं. लगेच त्याच्या सुपीक डोक्यातून एक कल्पना निघाली. पाटी हातात घेऊन तो उभा राह्यला.

शाळेची मधली सुटी झाली होती. पलीकडच्याच वडाच्या झाडाखाली इतर मुलं गोंगाट करत विटी-दांडू खेळत होती. देवदासनं एकदा तिकडे पाह्यलं. त्याला मधली सुटी नव्हती. कारण गोविंदगुरुजींनी पाहून ठेवलं होतं की एकदा देवदास शाळेतून बाहेर गेला की पुन्हा शाळेत यायला त्याला आवडत नसे. देवदासच्या वडलांनाही त्यानं सुटीत बाहेर जावं असं अजिबात वाटत नव्हतं. त्यांनीही त्याला बंदीच घातली होती. सर्व सारासार विचार करून सुटीमध्ये देवदासला वरच्या वर्गातल्या भुलोवर सोपवण्याचं ठरलं होतं.

वर्गात गुरुजी वामकुक्षी घेत होते आणि भुलो एका मोडक्या-तोडक्या बाकावर गुरुजी बनून बसला होता. तो कंटाळून कधी मुलांचं खेळणं पाहत होता तर कधी सुस्तपणे देवदास व पार्वतीकडे नजर टाकत होता. एक महिन्यापासून पार्वतीही गुरुजींकडे शिकायला यायला लागली होती आणि ह्या काळात गुरुजींची छाप तिच्या मनावर पडली असावी. कारण मन लावून, अत्यंत चिकाटीनं ती बोधोदयाच्या शेवटच्या पानावर शाईनं त्यांचं चित्र रेखाटत होती. आपण काढलेलं चित्र हुबेहूब उतरतं आहे ना हे ती एखाद्या निष्णात चित्रकाराप्रमाणे मान वेळावून वेळावून पाहत होती. झोपलेल्या गुरुजींच्यात व तिच्या चित्रातील गुरुजींच्यात फारसं साम्य नव्हतं. पण तिला त्यातच आनंद वाटत होता, समाधान मिळत होतं.

देवदास पाटी घेऊन उभा राह्यला आणि भुलोला म्हणाला, 'गणित सुटत नाही.'

भुलोनं शांत आणि गंभीर आवाजात विचारलं, 'कोणतं गणित?'

'त्रैराशिक.'

'पाटी पाहू.' त्याचे हावभाव असे होते की त्याच्या दृष्टीनं अशा वेळी त्याला

फक्त पाटी हातात हवी होती. देवदासनं त्याच्या हातात पाटी दिली आणि तो त्याच्या जवळ जाऊन उभा राहयला. भुलो त्याला गणित सोडवून दाखवायला लागला– एक मण तेलाचा दर जर चौदा रुपये नऊ आणे तीन पैसे असेल तर–

नेमकी ह्याच वेळी एक गोष्ट घडली. आज तीन वर्षं झाली, मोडक्या तोडक्या बाकावर भुलो थाटात गुरुजी बनून बसत होता. बाकामागे चुन्याचा ढीग होता. कधीतरी स्वस्तात मिळाला म्हणून गोविंदगुरुजींनी तो विकत घेऊन ठेवला होता. स्थिती सुधारल्यावर ह्या चुन्याचा उपयोग घर बांधण्यासाठी करण्याचा त्यांचा विचार होता. तो मंगल दिन केव्हा येणार होता कोण जाणे! पण त्या चुन्याला ते फार जपत. दुर्गुणी, मागचा पुढचा विचार नसणाऱ्या, अडाणी पोरांनी कणभर चुनासुद्धा इकडे तिकडे करू नये म्हणून चुन्यावर लक्ष ठेवण्याची जबाबदारी त्यांनी त्यांच्या आवडत्या भोलानाथवर सोपवली होती. भुलो वयानं जरा मोठाच होता. मोडक्या बाकावर बसून तो चुना सांभाळत असे.

भोलानाथ लिहीत होता, 'एक मण तेलाचा दर जर चौदा रुपये नऊ आणे तीन पैसे असेल तर... आंऽ... आई ग... बाप रे....'

त्यानंतर एकच गोंधळ उडाला. पार्वती मोठमोठ्यानं ओरडत टाळ्या वाजवायला लागली. हसून हसून तिची मुरकुंडी वळली. गोविंदगुरुजी धडपडत उठून बसले. पाहतात तो काय वडाच्या झाडाखाली खेळणारी मुलं आरडाओरड करत इकडे-तिकडे धावत होती आणि मोडक्या बाकावर फक्त दोन पाय नाचत होते. चुन्याच्या ढिगाकडे लक्ष जाताच ते ओरडले, 'ए कोण? कोण आहे रे?' कारण तिथं ज्वालामुखी भडकला होता.

गोविंदगुरुजींना 'काय झालं' हे फक्त पार्वतीच सांगू शकत होती. पण तिला तर हसू आवरत नव्हतं. गुरुजी रागारागानं विचारत होते, 'कोण? कोण रे?' पण त्यांना उत्तर कोण देणार?

अखेर भोलानाथ चुना झटकत उभा राहिला. तो चुन्यानं पूर्ण माखला होता. त्याला पाहून गोविंदगुरुजी बेंबीच्या देठापासून तणतणले, 'तू? तू आत!' भुलोनं भोकाडच पसरलं, 'आंऽ आंऽऽ आंऽऽऽ'

'गाढव कुठला!'

'देवा साला... ढकलून.... आंऽऽ आंऽऽऽ त्रैराशिक...'

'गधड्या!'

पण दुसऱ्याच क्षणी त्यांच्या सर्व लक्षात आलं. ते सतरंजीवर सावरून बसले आणि त्यांनी भुलोला विचारलं, 'देवा तुला ढकलून देऊन पळून गेला?'

भुलोनं आणखी मोठ्यानं रडायला सुरुवात केली. मग बराच वेळ तो चुना झाडत बसला. पांढऱ्या चुन्यात पूर्णपणे माखून निघाल्यामुळे काळाकुळकुळीत

भोला भुतासारखा दिसत होता. त्याचं रडणं थांबायला तयार नव्हतं.

गुरुजींनी पुन्हा विचारलं, 'देवा तुला ढकलून पळाला. हो ना?'

'आंऽऽ आंऽऽ आंऽऽऽ'

'पाहतोच आता त्याच्याकडे!'

'आंऽऽ आंऽऽ आंऽऽऽ'

'कुठे गेला तो?'

मुलं धापा टाकत येऊन सांगायला लागली, 'पळाला तो. धरता नाही आलं... दगड मारायला लागला...' मुलांची तोंड लाल झाली होती.

'पकडला गेला नाही?'

एक मुलगा पुन्हा सांगायला लागला, 'तो दगड...'

'थांब रे!'

तो मुलगा आवंढा गिळून बाजूला झाला. गुरुजींनी देवदासचा राग पार्वतीवर काढला. त्यांनी तिला सज्जड दम भरला. मग भोलानाथचा हात धरून ते म्हणाले, 'चल! सरकारांना सांगून येऊ या कचेरीत जाऊन.'

ह्याचा अर्थ जमीनदार नारायण मुखोपाध्यायांकडे त्यांच्याच मुलाची तक्रार गुरुजी करणार होते.

तेव्हा वाजले असतील साधारण तीन. नारायण मुखोपाध्याय बाहेर बसून गुडगुडी ओढत होते आणि एक नोकर पंख्यानं त्यांना वारा घालत होता. एका विद्यार्थ्याला बरोबर घेऊन गोविंदगुरुजींना अवेळी आलेलं पाहून त्यांना आश्चर्य वाटलं. 'गोविंद आणि आता?'

गोविंदगुरुजी कायस्थ होते. त्यांनी दंडवत घातला. मग भुलोला पुढे करून घडलेली सर्व हकीगत सविस्तर वर्णन केली. ती ऐकून मुखोपाध्यायमोशाई संतापले. ते म्हणाले, 'असं आहे तर! देवदास आता शिक्षेच्याही पलीकडे गेलेला दिसतोय!'

'काय करू? आपण हुकूम करावा.'

गुडगुडी बाजूला ठेवत मुखोपाध्यायांनी विचारलं, 'कुठं आहे तो?'

'कसं कळणार? जे त्याला धरायला गेले होते त्यांना दगड मारून हाकललं त्यानं.' दोघंही काही वेळ गप्प बसले. मग नारायणबाबू म्हणाले, 'घरी आला की बघतोच त्याच्याकडे'

भुलोला घेऊन गोविंदगुरुजी शाळेत परतले आणि सर्व शाळाच त्यांनी डोक्यावर घेतली. 'देवदासचे वडील ह्या भागातले मोठे जमीनदार असले तरीही ह्यापुढे त्याला ह्या शाळेची दारं बंद' अशी प्रतिज्ञाही त्यांनी केली. त्या दिवशी शाळा थोडी लवकरच सुटली. घरी परतताना मुलं झाल्या गोष्टीचीच चर्चा करत होती. एकजण म्हणाला, 'ए! देवा कसला धटिंगण आहे पाह्यलंस ना!'

दुसरा म्हणाला, 'भुलोची चांगली जिरवली त्यानं.'

'बाप रे! काय दगड मारतो!'

आणखी एकजण भुलोची बाजू घेत म्हणाला, 'भुलो वचपा काढेल बघ!'

'छे रे! तो आता शाळेत येणारच नाही. मग कसा काढणार वचपा?'

पार्वती पाटीपुस्तक घेऊन ह्या मुलांच्याबरोबरच घरी निघाली होती. तिनं तिच्या शेजारून जाणाऱ्या मुलाला विचारलं, 'मणी, देवदादाला खरंच शाळेत येऊ देणार नाहीत का रे?'

'नाही. कधीही नाही.' मणीनं उत्तर दिलं.

पार्वती बाजूला झाली. तिला वाईट वाटलं.

पार्वतीच्या वडलाचं नाव नीलकंठ चक्रवर्ती. चक्रवर्ती महाशय जमीनदारांचे शेजारी. मुखोपाध्यायमोशाईंच्या भल्यामोठ्या वाड्याच्या मागेच त्यांचं एक जुनं, लहानसं घर होतं. दहा-वीस बिघे जमीन होती. दोन-चार घरचं पौरोहित्य होतं, जमीनदारांचा आधार होता. –थोडक्यात ते खाऊन-पिऊन सुखी होते. त्यांचं बरं चाललं होतं.

पार्वतीची गाठ प्रथम धर्मदासशी पडली. तो देवदासच्या घरचा नोकर होता. देवदासला त्यानं एक वर्षाचा असल्यापासून सांभाळलं होतं. देवदास आता बारा वर्षांचा झाला होता तरी धर्मदास त्याचं सर्व करत होता. –त्याला शाळेत पोहोचवत होता, शाळेतून घरी आणत होता. तो ही कामं रोज न चुकता करत होता आणि आताही देवदासला आणायलाच तो निघाला होता. पार्वतीला पाहून त्यानं विचारलं, 'काय ग पारू, तुझा देवदादा कुठं आहे?'

'पळून गेला.'

'पळून गेला. तो का?' धर्मदासनं चकित होऊन विचारलं.

पार्वतीला भोलानाथची फजिती आठवून पुन्हा हसू आलं. हसता हसताच ती सांगायला लागली, 'बरं का धर्म, देवदादा– हीऽ हीऽ हीऽ– चुन्याच्या ढिगात पुराच्या पुरा- हीऽ हीऽ हीऽ– आडवा–'

धर्मदासला सगळी हकिकत कळली नाही. तिचं हसणं बघून त्यालाही हसू आलं. पण हसू आवरून खनपटीस बसून त्यानं विचारलं, 'पारू, काय झालं ते सगळं नीट सांग बघू.'

'देवदादानं भुलोला चुन्याच्या ढिगात अस्सं ढकलून दिलं. हीऽ हीऽ हीऽ हीऽ' आता काय झालं असेल ते धर्मदासला कळलं. अतिशय काळजीच्या स्वरात त्यानं विचारलं, 'पारू, आता तो कुठं आहे? ठाऊक आहे तुला?'

'मला काय माहीत?'

'माहीत आहे तुला. सांगून टाक. त्याला किती भूक लागली असेल!'

'लागलीच असेल भूक. पण मी सांगणार नाही.'

'का नाही सांगणार?'

'सांगितलं तर तो मारेल मला. मी त्याला खायला नेऊन देते.'

धर्मदासला थोडं बरं वाटलं. तो म्हणाला, 'खायला तर देच. पण दिवेलागणीच्या आधी जरा गोड गोड बोलून घरी पण घेऊन ये.'

'आणीन.'

घरी येऊन बघते तर तिची आई आणि देवदासची आई त्याच गोष्टीबद्दल बोलत होत्या. त्यांना सर्व हकिकत समजली होती. त्यांनी तिलाही पुन्हा विचारलं. हसू दाबत जमेल तेवढं तिनं सांगितलं. नंतर पदरात मुडी बांधून ती जमीनदारांच्या एका आंब्याच्या बागेत शिरली. बाग त्यांच्या घराजवळच होती. ह्या बागेच्या एका बाजूला बांबूचं वन होतं. ह्या बांबूच्या वनात थोडीशी जागा साफसूफ करून ठेवली होती खुद्द देवदासनं. कशासाठी? चोरून हुक्का ओढता यावा म्हणून. हीच त्याची लपायची जागा होती. पार्वती तिथं पोहोचली तेव्हा देवदास आपला छोटा हुक्का मोठ्या माणसासारखा ओढत होता. त्याचा चेहरा गंभीर होता. तो काळजीत असल्याचं स्पष्ट जाणवत होतं. पार्वतीला पाहून तो खूष झाला होता. पण वरकरणी त्यानं तसं दाखवलं नाही. हुक्का ओढता ओढता गंभीरपणे तो म्हणाला, 'ये.'

पार्वती त्याच्याजवळ जाऊन बसली. तिनं पदरात काहीतरी बांधून आणलंय हे त्याला कळलं. काहीही न बोलता पदराची गाठ सोडून त्यानं खायला सुरुवात केली. बोकाणा भरता भरताच त्यानं विचारलं, 'पारू, गुरुजी काय म्हणाले ग?'

'त्यांनी काकांना सगळं सांगितलं.'

देवदासनं हुक्का बाजूला सारला आणि डोळे मोठे करत विचारलं, 'बाबांना सांगितलं?'

'हो.'

'मग?'

'आता तुला शाळेत येऊ देणार नाहीत.'

'मला शिकायचं नाहीच मुळी.' तिनं आणलेली मुर्डी संपत आली होती. तो म्हणाला.

'संदेश दे.'

'संदेश तर नाही आणला.'

'मग पाणी दे.'

'आता पाणी कुठून आणू?'

'काहीही आणलं नाहीस तर आलीसच कशाला? जा पाणी आण.' देवदास चिरडीला येऊन म्हणाला. त्याचं असं कोरडेपणानं बोलणं पार्वतीला आवडलं नाही.

ती म्हणाली, 'मी आता पुन्हा जाणार नाही. तूच पिऊन ये ना! चल.'

'इतक्यात मी कसा जाऊ?'

'मग काय इथंच राहणार आहेस?'

'हो. इथंच राहीन आणि मग जाईन...'

पार्वतीला वाईट वाटलं. त्याला अचानक आलेलं वैराग्य पाहून आणि त्याचं असं विचित्र बोलणं ऐकून तिच्या डोळ्यांत पाणी आलं. ती म्हणाली, 'देवदा, मीही येणार.'

'कुठं? माझ्या बरोबर? हट्! ते कसं जमणार?'

पार्वती मान हलवत म्हणाली, 'येणार म्हणजे येणार.'

'नाही, तू यायचं नाहीस. जा. तू आधी पाणी घेऊन ये.'

पार्वती पुन्हा म्हणाली, 'मी येणारच.'

'आधी पाणी घेऊन ये.'

'मी जाणार नाही. मी इथून गेले की तू पळून जाशील.'

'नाही. नाही जाणार.'

पण पार्वतीचा त्याच्या बोलण्यावर विश्वास बसला नाही. ती तिथंच बसून राहिली. देवदासनं पुन्हा हुकूम सोडला, 'जा सांगतो ना!'

'मी जाणार नाही.'

देवदासनं रागानं पार्वतीचे केस खेचून धमकावलं, 'जातेस की नाही?'

पार्वती गप्पच बसली. मग त्यानं तिच्या पाठीत एक गुद्दा ठेवून दिला, 'जाणार नाहीस?'

पार्वती रडायला लागली. रडत रडतच म्हणाली, 'काही झालं तरी मी जाणार नाही.'

रागारागानं देवदास दुसरीकडे निघून गेला आणि पार्वती रडत रडत देवदासच्या बाबांसमोर येऊन उभी राहिली. मुखोपाध्यायमोशाईंचा पार्वतीवर फार जीव होता. त्यांनी विचारलं, 'का रडतेस ग पोरी?'

'देवदानं मारलं?'

'कुठं आहे तो?'

'वेळूच्या वनात बसून हुक्का ओढतोय.'

आधीच गुरुजींच्या गाऱ्हाण्यानं ते चिडले होते. त्यात आणखी भर पडली. त्यांचा पारा चढला. त्यांनी विचारलं, 'देवा हुक्का पण ओढतो?'

'हो. रोज ओढतो. वेळूत लपवून ठेवतो तो.'

'मग मला इतक्या दिवस सांगितलं का नाहीस?'

'देवदा मारेल म्हणून.'

पण हे काही खरं कारण नव्हतं. आपण सांगितलं तर देवदादाला शिक्षा होईल, हे तिला माहीत होतं. म्हणूनच तिनं कधी कोणाला सांगितलं नव्हतं. पण आज रागाच्या भरात ती बोलून बसली होती. तिचं वय होत फक्त आठ– ह्या वयात राग जरा जास्तच येतो. पण वयाच्या मानानं तिला बुद्धी आणि समज फार चांगली होती. घरी येऊन रडत रडत ती उपाशीच झोपून गेली.

◆

२

दुसऱ्या दिवशी देवदासला बेदम मार बसला. सबंध दिवस त्याला घरात डांबून ठेवलं होतं. त्याच्या आईनं फारच रडारड केल्यामुळे त्याला सोडलं. तिसऱ्या दिवशी सकाळीच देवदास पार्वतीकडे आला. खिडकीखालून त्यानं हाक मारली, 'पारू!' पुन्हा हाक मारली, 'पारू!'

पार्वतीनं खिडकी उघडली. 'देवदा?'

देवदासनं तिला खूण केली, 'लवकर बाहेर ये.'

ती येताच त्यानं तिला विचारलं, 'हुक्क्याचं का सांगितलंस ग?'

'मग तू मला मारलंस का?'

'तू का नाही पाणी आणून दिलंस?'

पार्वती गप्प राहिली.

'तू अगदी गाढव आहेस. पुन्हा कधी असं सांगू नकोस.' देवदास म्हणाला.

पार्वती मान हलवून बरं म्हणाली.

'तर मग चल, गळासाठी वेत आणू या. आज बांधावर मासे पकडायचेत.'

बांबूच्या झाडाजवळच एक सीताफळाचं झाडं होतं. देवदास त्याच्यावर चढला.एका बांबूचा शेंडा त्यानं कसाबसा धरून वाकवला. पार्वतीला तो घट्ट पकडायला सांगून तो म्हणाला, 'बघ हं! सोडू नकोस नाहीतर मी पडेन.'

पार्वतीनं जीव खाऊन शेंडा धरला आणि सीताफळाच्या फांदीवर उभं राहून देवदास वेत कापायला लागला. पार्वतीनं त्याला विचारलं, 'देवदा, तू खरंच शाळेत जाणार नाहीस?'

'नाही.'

'काका तुला पाठवतीलच.'

'बाबांनीच तर स्वत: सांगितलंय. शाळेत जाणार नाही मी. मला शिकवायला गुरुजी घरीच येणार आहेत.'

पार्वती थोडी विचारात पडली. मग म्हणाली, 'उन्हाळ्यामुळे कालपासून शाळा सकाळची भरते. मी आता जाते.'

झाडावरूनच देवदास डोळे वटारून म्हणाला, 'काही जायचं नाही.' पार्वतीचं लक्ष विचलित झालं आणि तिच्या हातातून शेंडा सुटला. त्याचबरोबर देवदास धपकन् खाली पडला. तो फार उंचावरून पडला नव्हता. म्हणून त्याला विशेष लागलं नाही. पण बऱ्याच ठिकाणी खरचटलं. देवदासचा पारा चढला. त्यानं

जवळच पडलेली एक शिपटी उचलली आणि पार्वतीच्या तोंडावर, पाठीवर मिळेल तिथं फटके मारायला सुरुवात केली. तोंडानं, 'जा. चालती हो! नीघ इथून!' वगैरे सुरूच होतं.

प्रथम स्वत:ची चूक लक्षात येऊन पार्वती थोडी ओशाळली. पण फटक्यावर फटके बसायला लागल्यावर ती चिडली. अपमानानं तिला रडू कोसळलं. तिनं देवदासला रडत रडत धमकावलं, 'मी काकांनाच जाऊन सांगते सगळं.' तिची ही धमकी ऐकताच देवदासनं आणखी एक जोराचा फटका ठेवून दिला आणि तिला म्हणाला, 'जा. जा. आताच जाऊन सांग... गेली उडत!' पार्वती चालायला लागली. ती जरा पुढे जाताच देवदासनं तिला हाक मारली. पण पार्वतीनं ऐकून न ऐकलंसं केलं.– ती आणखीनच लगबगीनं निघाली. देवदासनं पुन्हा हाक मारली, 'पारू, ऐक मी काय म्हणतो ते!' पण पार्वतीनं दाद दिली नाही. देवदास वैतागला. मग स्वत:शीच बोलल्याप्रमाणे पण मोठ्यानं म्हणाला, 'जा मर.'

पार्वती निघून गेल्यावर देवदासनं कसेबसे एक-दोन वेत कापले. पण आता त्याचं मन उडालं होतं. रडत रडत पार्वती घरी परतली. तिच्या गालावरचा वळ निळा पडून टरटरला होता. सर्वांत प्रथम तिच्या आजीच्या दृष्टीला ही गोष्ट पडली. ती ओरडली, 'आई ग! केवढं मारलंय! पारू, कोणी मारलं असं?'

डोळे पुसत पारूनं उत्तर दिलं, 'गुरुजींनी'

तिच्या आजीनं तिचं बखोटं पकडलं आणि म्हणाली, 'चल, त्या नारायणकडेच चल. असलाकसला हा गुरुजी! पोरीला मारून टाकायला निघालाय.' आजीचा पारा चांगलाच चढला होता. पार्वतीही आजीच्या होला हो मिळवत तिला बिलगून म्हणाली, 'चल.'

मुखोपाध्यायमोशाईंसमोर पार्वतीच्या आजीनं गुरुजींच्या सात पिढ्यांचा उद्धार तर केलाच पण गुरुजींनाही सोडलं नाही. पारूला पुढे करत ती म्हणाली, 'नारायण, पाहा तर खरं ह्या माणसाचं धाडस! शूद्र असून ब्राह्मणाच्या पोरीवर हात टाकतो! किती मारलंय बघ!' पारूच्या गालावरचा वळ दाखवत ती कळवळली,

'बघ रे, कसा काळानिळा झालाय पोरीचा गाल!'

'कोणी मारलं पारू?' नारायणबाबूंनी पार्वतीलाच विचारलं.

पार्वती काहीच बोलली नाही. पण आजीच किंचाळत म्हणाली, 'आणखी कोण! तोच गावंढळ मास्तर!'

'का मारलं ग?'

आताही पार्वती काही बोलली नाही. नारायणबाबू म्हणाले, 'काहीतरी केलं असेल म्हणून मारलं असेल... पण असं मारणं बरं नव्हेच.'

हे ऐकून आपली पाठ दाखवत पार्वती म्हणाली, 'इथंही मारलं.' पाठीवरचे

वळ जास्तच स्पष्ट आणि मोठे होते. ते पाहून दोघंही संतापली. गुरुजींना बोलावून जाब विचारायचा आणि अशा गुरुजींकडे मुलांना पाठवायचं नाही हे नक्की झालं. ह्यामुळे पार्वती एकदम खूष झाली.

पण त्या दोघी घरी आल्यावर पार्वतीच्या आईनं पार्वतीची उलट तपासणी घ्यायला सुरुवात केली. 'का मारलं बोल!'

'उगाचच!'

आईनं पार्वतीचा कान पिरगळत विचारलं, 'असं उगीच कोणी मारतं?' नेमक्या ह्याच वेळेला आजी दारात येऊन उभी राहिली. नातीची बाजू घेत ती म्हणाली, 'सूनबाई, अग आई असून तू उगाचच असं मारू शकतेस. मग तो मास्तरडा का नाही मारणार?'

'उगाचच कधी कोणी मारत नाही. ही फारच शांत की नाही! काहीतरी केलं असेल म्हणून खाल्ला मार!' सूनबाईनं ऐकवलं.

मग सासूबाई चिडून म्हणाल्या, 'बरं बाई! तुझं खरं! पण मी आता तिला शाळेत पाठवणार नाही.'

'तिनं थोडंफार शिकायला नको?'

'काय करायचंय शिकून? चार ओळी लिहिता आल्या आणि रामायण-महाभारत थोडंफार वाचता आलं की पुरे! पारू काय जज्ज होणार आहे की वकील? अं?' सूनबाईला गप्प बसण्याशिवाय गत्यंतरच नव्हतं.

त्या दिवशी देवदास भीत-भीतच घरात शिरला. पार्वतीनं सगळं रामायण वाचलं असणार, ह्याबद्दल त्याला शंका नव्हतीच. पण घरात कोणीच त्याला रागावलं नाही. उलट त्याच्या आईनं त्याला सांगितलं की आज गोविंदगुरुजींनी पार्वतीला खूप मारलं म्हणून आता ती शाळेत जाणारच नाही. तिची शाळा आजपासून बंद. हे ऐकून देवदासच्या आनंदाला पारावार राहिला नाही. आनंदानं त्याला धड जेवणही गेलं नाही. दोन घास कसेबसे पोटात ढकलून तो धावतच पार्वतीकडे आला. धापा टाकतच त्यानं विचारलं, 'तू आता शाळेत जाणारच नाहीस?'

'नाही.'

'असं कसं झालं ग?'

'मी सांगितलं की गुरुजींनी मारलं.'

देवदास गालातल्या गालात हसला आणि पारूची पाठ थोपटत म्हणाला, 'तुझ्यासारखी हुशार मुलगी सबंध जगात शोधून सापडणार नाही.' नंतर पार्वतीच्या गालावर हळूहळू हात फिरवत म्हणाला, 'अरेरे!'

पार्वती हळूच हसून म्हणाली, 'काय?'

'पारू, बरंच लागलं ग तुला! हो ना?'

'हूं!' पार्वतीनं मान हलवली.

'अरेरे! पण कशाला असं करतेस? मग मला राग येतो. आणि तुला मार बसतो!'

पार्वतीचे डोळे भरून आले. तिला विचारावंसं वाटलं की मी असं केलं तरी काय? पण तिनं तोंडातून शब्द काढला नाही. तिच्या डोक्यावर हात ठेवत देवदास म्हणाला, 'पुन्हा असं करू नकोस. कसं?' पार्वतीनं मानेनंच नकार दिला. पुन्हा तिची पाठ थोपटत तो म्हणाला, 'अच्छा! पुन्हा कधी तुला मारणार नाही.'

◆

३

दिवसामागून दिवस चालले होते. देवदास आणि पारू–दोघांचंही आयुष्य आनंदात चाललं होतं. दिवसभर दोघं उन्हातान्हात भटकायची, संध्याकाळी घरी आल्यावर मार खायची, पुन्हा सकाळी पसार व्हायची, पुन्हा राग-मार ह्यांना तोंड द्यायची. रात्र गाढ, शांत झोपेत सरायची. सकाळ होताच ह्यांचं खेळणं आणि भटकणं सुरूच. त्यांना दुसरे कोणी मित्र-मैत्रिणी फारसे नव्हतेच आणि त्यांची गरजही नव्हती. पाड्यात उपद्‌व्याप करायला त्या दोघांना आणखी कोणाच्या मदतीची जरुरही नव्हती.

एके दिवशी उजाडताच दोघं पाण्यात उतरली. दुपारपर्यंत पाण्यात डुंबून, सगळं पाणी गढूळ करून दोघं पाण्याबाहेर आली. आपल्या अंगावरच्या कपड्यातच दोघांनी चिंगळ्या पकडल्या होत्या. त्यांची यथायोग्य वाटणी करून दोघं आपापल्या घरी गेली.

पार्वतीच्या आईनं लेकीला शिरस्त्याप्रमाणे बदडून खोलीत कोंडून ठेवलं. देवदासचं काय झालं, ते कळायला काही मार्ग नव्हता कारण तो अशा गोष्टी फारशा सांगतच नसे. पण दुपारी दोन अडीचच्या सुमाराला पार्वतीच्या खिडकीखाली येऊन त्यानं तिला एक दोनदा हाका मारल्या. पार्वतीनं त्या ऐकल्या असाव्यात. पण ती रागानं धुसफुसत होती आणि रडत होती म्हणून तिनं त्याला ओ दिली नाही. मग उरलेला दिवस त्यानं जवळच्या चाफ्याच्या झाडावर बसून घालवला. अंधार पडायला लागल्यावर धर्मदासनं बाबापुता करून त्याला खाली उतरवलं.

पण हे सर्व त्याच दिवसापुरतं. दुसऱ्या दिवशी उजाडताच पार्वती देवदाची वाट पाहत बसली. पण देवदास आला नाही. तो वडलांबरोबर शेजारच्या गावात कोणाकडेतरी जेवायला गेला होता. देवदास येत नाही असं कळल्यावर पार्वती एवढंसं तोंड करून एकटीच बाहेर पडली. काल पाण्यात उतरताना देवदासनं तीन रुपये पार्वतीजवळ ठेवायला दिले होते. त्याच्याकडून ते हरवले जातील अशी भीती त्याला वाटत होती. पार्वतीनं ते पदरात बांधून ठेवले होते. तिनं पदरात बांधलेले पैसे पुन्हा पुन्हा पाह्यले आणि मग एकटीनंच इकडे तिकडे हिंडत काही वेळ घालवला. तिला कोणी मैत्रीण भेटली नाही. कारण सर्वजणी शाळेत गेल्या होत्या. पार्वती मनोरमेच्या घरी निघाली. मनोरमाही शाळेत जात होती. वयानं ती पारूपेक्षा मोठी होती. पण पारूची आणि तिची गट्टी होती. बऱ्याच दिवसांत त्या एकमेकींना भेटल्या नव्हत्या. आज वेळ मिळताच पार्वतीनं मनोरमाचं घर गाठलं. 'मनोऽऽ?'

पार्वतीनं हाक मारली. मनोरमाची आत्या बाहेर आली. 'पारू?'

'हो. मीच. मनो कुठं आहे आत्याबाई?'

'ती तर शाळेत गेलीय. तू नाही गेलीस?'

'मी शाळेत जात नाही. देवदा पण जात नाही.'

मनोरमाच्या आत्याला हसू आलं. 'फारच छान! तूही जात नाहीस आणि देवदादा पण जात नाही?'

'नाही. आम्ही दोघंही जात नाही.'

'वा! चांगलं आहे! पण मनो शाळेत गेलीय.'

मनोरमाच्या आत्याबाई तिला 'बस' म्हणाल्या. पण पार्वती तिथं थांबली नाही. वाटेत रसिक पालच्या दुकानापाशी तिला तीन वैष्णवी भेटल्या. कपाळावर मुद्रा, हातात खंजिरी. त्या भिक्षा मागायला निघाल्या होत्या. पार्वती त्यांना हाक मारून म्हणाली, 'ओ बोष्टमी, तुम्हाला गाणं येतं?'

'येतं म्हणजे काय! येतंच पोरी!' त्यातली एकजण म्हणाली.

'मग म्हणा ना!'

तिघीजणी थांबल्या. एक म्हणाली, 'पोरी, असं गाणं म्हणतात होय! भिक्षा द्यावी लागते. चल, तुझ्या घरी जाऊ या.'

'नाही. इथंच म्हणा ना!'

'पोरी, पैसा द्यावा लागतो.'

पार्वती पदराची गाठ दाखवत म्हणाली, 'पैसे नाही, रुपये आहेत.'

पैसे आहेत हे पाह्यल्यावर त्या दुकानापासून जरा दूर जाऊन बसल्या. त्यानंतर खंजिरीच्या तालावर तिघींनी सूर धरून गायला सुरुवात केली. त्यांनी कुठलं गाणं म्हटलं, त्याचा अर्थ काय हे काहीही पार्वतीला समजलं नाही. प्रयत्न करूनही समजलं असतं असं नाही. पण गाणं ऐकताना तिचं मन देवदादापाशी जाऊन पोहोचलं होतं. गाणं संपताच त्यांनी विचारलं, 'काय ग पोरी, काय भिक्षा देणारेस. दे तर!' पार्वतीनं पदराची गाठ सोडून तीन रुपये त्यांच्या हातांवर ठेवले. आश्चर्यानं त्या तिच्याकडे पाहतच राहिल्या. मग एकीनं विचारलं, 'पोरी, कोणाचे हे पैसे?'

'देवदादाचे.'

'तो तुला मारणार नाही?'

पार्वती क्षणभर विचारात पडली. मग म्हणाली, 'नाही.'

एकीनं आशीर्वाद दिला, 'मोठी हो, पोरी!'

पार्वती हसून म्हणाली, 'तुम्हाला सारखे पैसे मिळाले ना?'

तिघी एकदमच म्हणाल्या, 'हो पोरी! राधाराणी तुझं भलं करो!' वरवर त्यांनी तिला असा आशीर्वाद दिला तरी मनातल्या मनात त्यांनी प्रार्थना केली. 'ह्या पोरीला

शिक्षा होऊ नये.' पार्वती त्या दिवशी लवकरच घरी आली.

दुसऱ्या दिवशी सकाळीच देवदास तिला भेटला. त्याच्या हातात असारी होती पण पतंग नव्हता. पतंग आणण्यासाठी पैसे मागायलाच तो पार्वतीकडे आला होता. पार्वतीचा चेहरा पडला. ती म्हणाली, 'माझ्याकडे पैसे नाहीत.

'काय झाले?'

'बोष्टमींना दिले. त्यांनी गाणं म्हटलं म्हणून.'

'सगळे देऊन टाकलेस?'

'हो. तीन रुपये तर होते.'

'वेडी कुठची! सगळे देतात का कधी?'

'वा! त्या तिघी होत्या. तीन रुपये दिले नसते तर त्यांना वाटून कसे घेता आले असते?'

देवदासनं थोडा विचार केला आणि मग म्हणाला, 'मी असतो तर दोनच रुपये दिले असते.' मग असारीच्या टोकानं मातीत आकडेमोड करत तो पुढे म्हणाला, 'मग प्रत्येकीला दहा आणे, तेरा पैसे, एक कवडी आणि एक दमडी मिळाली असती.'

पार्वतीनंही थोडा विचार केला. मग समजुतीच्या सुरात ती म्हणाली, 'त्यांना कुठं तुझ्यासारखी आकडेमोड करता येते!'

देवदासला त्रैराशिक मांडता यायला लागलं होतं. पार्वतीचं बोलणं ऐकून तो खूष होऊन म्हणाला, 'खरंच की!'

पार्वतीनं हळूच देवदासचा हात आपल्या हातात घेतला. 'मला वाटलं होतं की तू मला मारशील, देवदा!'

देवदासनं आश्चर्यानं विचारलं, 'मी कशाला मारेन?'

'बोष्टमी म्हणाल्या की, तुझा देवदादा तुला आता मारेल.'

हे ऐकून देवदास आणखीनच खूष झाला. पार्वतीच्या खांद्यावर हात ठेवत म्हणाला, 'चूक नसली तर उगाच मारतो का मी कधी?'

तीन रुपयांची तिघींमध्ये व्यवस्थित वाटणी झाली हे खरंच! तेव्हा हा गुन्हा आपल्या पीनल कोडमध्ये बसत नाही, असा विचार देवदासनं केला असावा. बोष्टमी शाळेत शिकलेल्या नसतात. त्यांना हिशेब कसा येणार? तेव्हा तीनऐवजी त्यांना दोन रुपये दिले असते तर त्यांच्यावर अन्यायच झाला असता, असंही त्याला वाटलं असावं. मग असारी एका झुडुपात लपवून, पार्वतीचा हात धरून, पतंग आणायला तो छोट्या बाजाराकडे निघला.

◆

४

असं करत एक वर्ष गेलं. पण मग मात्र देवदासची आई त्याच्या वडलांमागे भुणभुण करायला लागली. 'देवाचं काहीतरी केलं पाहिजे हो! नाहीतर तो अडाणीच राहीलना!'

वडलांनी विचार करून जाहीर केलं, 'देवाला कलकत्त्याला जाऊ दे. नगेनकडे राहून शिकेल.'

ही गोष्ट सर्वांच्या कानावर गेली. पार्वतीला कळताच ती घाबरली. नगेनबाबू देवदासचे मामा. मामांकडे राहून देवदास शिकणार होता. देवदासला एकटं गाठून पार्वतीनं विचारलं, 'देवदा, तू म्हणे कलकत्त्याला जाणार!'

'कोण म्हणतं?'

'काकांनीच तर सांगितलंय.'

'हट्! मी मुळीच जाणार नाही.'

'पण त्यांनी तुला बळंबळंच पाठवलं तर?'

'बळंबळं?' देवदासनं असा काही चेहरा केला की पार्वतीनं ओळखलं देवदासला बळेबळेच पाठवणं ह्या पृथ्वीवरच्या कोणालाही शक्य नाही. तिलाही तेच पाहिजे होतं. अतिशय आनंदानं त्याचे दोन्ही हात धरून हलवत हलवत ती म्हणाली, 'बघ हं देवदा! जायचं नाही.' तिच्या चेहऱ्यावर समाधानाचं हसू होतं.

'कधीच नाही.' देवदासनं तिला भरघोस आश्वासन दिलं.

पण हे आश्वासन तो काही पुरं करू शकला नाही. नारायणबाबूंनी धाकधपटशा दाखवून, मारझोड करून त्याला धर्मदासबरोबर कलकत्त्याला पाठवून दिलंच. नवीन जागी जायचं म्हणून देवदासला अजिबात कुतूहल किंवा आनंद वाटला नाही. उलट त्याला घर सोडून जायचंच नव्हतं. तो हिरमुसला झाला. पार्वतीलाही त्यानं इथून जावं असं अजिबात वाटत नव्हतं. पण तिचं कोण ऐकणार? तिनं प्रथम रागानं देवदासशी अबोला धरला. पण देवदासनं जेव्हा तिला कबूल केलं की तो लवकरच परत येईल आणि मामानं पाठवलं नाही तर पळून येईल, तेव्हा स्वत:ला सावरून आपलं मन तिनं त्याच्याजवळ मोकळं केलं. तो जेव्हा त्याच्या आईचा आशीर्वाद आणि अश्रुरूपी टिळा कपाळावर लावून निघून गेला तेव्हा पार्वतीला खूप वाईट वाटलं, रडून रडून तिचे डोळे सुजले, काळजाला घरं पडली.

असेच काही दिवस गेले आणि एके दिवशी उठताच तिच्या लक्षात आलं की आता दिवसभर करण्यासारखं काहीच उरलेलं नाही. देवदास असताना शाळा सोडून

दिल्यावरसुद्धा करण्यासारखं खूप होतं. दंगामस्ती, खोड्या, कुरापती ह्यांत वेळ कसा जायचा तेच कळत नव्हतं. उलट वेळ पुरत नव्हता. आता तिचा वेळ जाता जात नव्हता. शोधूनही काही काम सापडत नव्हतं. मग कधी कधी ती पत्र लिहीत बसत असे. दहा वाजून गेले तरी तिचं पत्रलेखन सुरूच असे. आई चिडली की आजी तिची बाजू घेऊन म्हणे, 'लिहीत बसली आहे तर बसू देत ना! सकाळपासून इकडे तिकडे भटकण्यापेक्षा लिहिलेलं बरं!'

ज्या दिवशी देवदासचं पत्र यायचं त्या दिवशी पार्वती खूप खुषीत असायची. दारात बसून दिवसभर पुन्हा पुन्हा ते ती वाचायची. असं करता करता दोन महिने गेले. आता पत्रांची देवाण-घेवाण वरचेवर होत नव्हती. उत्साह हळूहळू मावळायला लागला होता. एके दिवशी सकाळीच पार्वती आईला म्हणाली, 'आई, मी पुन्हा शाळेत जाते.'

'का ग?' आईला आश्चर्यच वाटलं.

'मला जायचंय.'

'मग जा ना! मी तुला कधी जाऊ नको म्हटलंय!'

त्याच दिवशी पार्वतीनं आपली पाटी, पुस्तक शोधून काढलं आणि मोलकरणीबरोबर ती शाळेत गेली. आपल्या पूर्वीच्या वर्गात ती शांतपणे जाऊन बसली. मोलकरीण म्हणाली, 'गुरुजी, आमच्या पारूला उगाच मारझोड करू नका. आपणहून शाळेत आलीय. बसेल तेवढी बसू द्या. तिच्या मनात येईल तेव्हा घरी जाऊ द्या.'

गुरुजी मनातल्या मनात म्हणाले, 'तथास्तु.' पण उघडपणे म्हणाले, 'ठीक आहे.'

एकदा तर त्यांना विचारावंसं वाटलं की पार्वतीलाही का नाही कलकत्त्याला पाठवलं. पण ते फार काही बोलले नाहीत. भुलो त्या बाकावर पूर्वीसारखाच बसला होता. त्याला तिथं बसलेलं पाहताच पार्वतीला हसू आलं आणि दुसऱ्याच क्षणी तिचे डोळे भरून आले. नंतर तिला भुलोचाच राग आला. त्याच्यामुळे देवदादाला कलकत्त्याला जावं लागलं, असंच तिला वाटत होतं. असेच काही महिने लोटले.

बऱ्याच दिवसांनी देवदास घरी परत आला होता. आल्याआल्याच त्यानं पार्वतीकडं धाव घेतली. त्यांच्या खूप गप्पागोष्टी झाल्या. पार्वतीजवळ बोलण्यासारखं फारसं काही नव्हतंच. असतं तरी ती बोलू शकली असतीच असं नाही. पण देवदासजवळ सांगण्यासारखं खूप होतं. तो कलकत्त्याबद्दलच बरंच बोलत होता. अखेर उन्हाळ्याची सुटी संपली आणि तो पुन्हा कलकत्त्याला परत गेला. ह्या वेळीही रडारड झाली पण पहिल्या वेळेसारखी नाही.

असं करता करता चार वर्षं उलटली.

ह्या चार वर्षांत देवदास इतका बदलला होता की ते पाहून पार्वती चोरून डोळे पुसत होती. शहरात राहिल्यामुळे त्याचा गावंढळपणा, अडाणीपणा पार नाहीसा झाला होता. आता विलायती बूट, नीटनेटके कपडे, छडी, सोन्याची साखळी असलेलं घड्याळ, सोन्याची बटणं नसली तर त्याला लाज वाटत असे. अलीकडे गावातल्या नदीवर जाण्यापेक्षा बंदूक घेऊन शिकारीला जायला त्याला आवडत असे. हल्ली लहान चिंगळ्या पकडण्यापेक्षा मोठे मासे पकडण्यात त्याला आनंद वाटत असे. एवढंच नाही तर सामाजिक प्रश्न व राजनीतीवर चर्चा, सभा, मंडळं, क्रिकेट, फुटबॉल अशा खेळांबद्दल बोलणं! हाय रे! कुठली कोण पार्वती आणि तिचं ते तालसोनापूर गाव! लहानपणच्या आठवणी येत नव्हत्या असं नाही पण एवढ्या सगळ्या व्यापात त्यांना आता फार वेळ देणं शक्यच नव्हतं.

मागच्या उन्हाळ्याच्या सुटीत देवदास गावी आलाच नव्हता. दूर कुठंतरी सफरीवर गेला होता. म्हणून ह्या सुटीत त्यानं घरी आलंच पाहिजे असं त्याच्या आईवडलांनी कळवलं होतं. त्यामुळे तो गावी परतला पण आला त्याच दिवशी त्याला थोडं बरं वाटेनासं झालं. म्हणून तो त्या दिवशी घराबाहेर पडलाच नाही. दुसऱ्या दिवशी तो पार्वतीच्या घरी आला. त्यानं हाक मारली, 'काकीऽ' पार्वतीच्या आईनं अतिशय प्रेमानं त्याचं स्वागत केलं, 'ये बाबा ये! बस!' पार्वतीच्या आईशी थोड्यावेळ इकडचं तिकडचं बोलल्यावर त्यानं विचारलं, 'काकी, पारू कुठं आहे?'

'बहुतेक वर आहे.'

देवदासनं वर येऊन पाह्यलं तर पार्वती सांजवात लावत होती. देवदासच्या हाकेनं ती दचकली. मग नमस्कार करून बाजूला जाऊन उभी राहिली.

'काय चाललंय पारू?'

ह्या प्रश्नाला उत्तर द्यायचं कारणच नव्हतं म्हणून पारू मुकाट्यानं होती तशीच उभी राहिली. मग देवदासलाच संकोच वाटला. 'येतो. संध्याकाळ झाली. मला बरंही नाही.' असं म्हणून तो निघून गेला.

◆

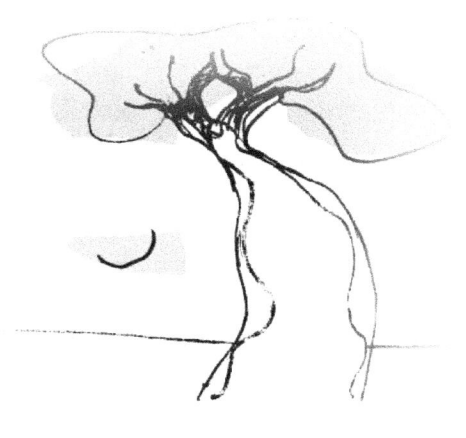

५

आजीच्या शब्दांत बोलायचं झालं तर 'पार्वतीला आता तेरावं लागलं होतं.' ह्या वयात सौंदर्याला अकस्मात बहर येतो. आपली छोटी मुलगी मोठी झाल्याचं घरच्यांच्या अचानक लक्षात येतं आणि मग आपली मुलगी चांगल्या घरी पडावी म्हणून सर्वांचीच धावपळ सुरू होते. चक्रवर्तींच्या घरातही गेले कित्येक दिवस ह्याबद्दलच बोलणी सुरू होती. पार्वतीच्या आईच्या मनाची उलघाल होत होती. ती पार्वतीच्या वडलांना वरचेवर म्हणत होती, 'ऐकलंत का काय म्हणते ते? आता पारूला स्थळं पाह्यलाच हवीत.'

ते बडे नव्हते. पण त्यांची मुलगी दिसायला अतिशय देखणी होती. जगात रूपाला किंमत असेल तर पार्वतीची काळजी नव्हती. आणखी एक गोष्ट इथंच सांगितली पाहिजे. ह्यापूर्वी चक्रवर्तींच्या घराण्यात मुलीच्या लग्नाची नव्हे, तर मुलाच्या लग्नाची काळजी करत. मुलीचा हुंडा घ्यायचा आणि मुलाचा द्यायचा अशी त्यांच्यात चाल होती. नीलकंठांच्या वडलांनीही त्यांच्या मुलीच्या लग्नात हुंडा घेतला होता. पण नीलकंठांना मात्र ही पद्धत अजिबात पसंत नव्हती. पार्वतीच्या लग्नात हुंडा घ्यायची त्यांना मुळीच इच्छा नव्हती. पार्वतीच्या आईला ही गोष्ट ठाऊक होती. म्हणूनच तिनं पार्वतीच्या वडलांमागे लग्नाचा लकडा लावला होता. देवदासबरोबर पार्वतीचं लग्न जमावं, अशी तिची इच्छा होती. मात्र ही इच्छा तिनं मनातल्या मनातच ठेवली होती. कोणाजवळही उघडपणे बोलून दाखवली नव्हती. ही अगदी अशक्य कोटीतली गोष्ट आहे, असं तिला वाटत नव्हतं. देवदासला समजावून सांगितलं तर काहीतरी मार्ग निघू शकेल, असं तिला वाटत होतं. म्हणूनच एकदा बोलता बोलता पार्वतीची आजी देवदासच्या आईला म्हणाली, 'सूनबाई, देवदासची आणि आमच्या पारूची किती गोडी आहे पाह्यलंस ना! असं कधी कुठं बघायला मिळतं!'

'तसं होणारच काकी! दोघं भाऊ-बहिणीसारखी एकत्रच वाढलीत ना!' देवदासची आई म्हणाली.

'हो ना!... म्हणूनच वाटतं... जर दोघांचं... देवदास कलकत्त्याला गेला तेव्हा पारू किती रडली होती. आठवतंय ना? फक्त आठ वर्षांची होती पोर! पण रडून रडून डोळे सुजले होते तिचे. त्याच्या काळजीनं कशी रोडावली होती त्या वयातसुद्धा. त्याचं पत्र आलं की त्याचंच पारायण करत बसायची. आपल्या सगळ्यांनाच ठाऊक आहे म्हणा हे!'

देवदासच्या आईला ह्या बोलण्यामागचा गर्भित हेतू उमगला. ती हसली. ह्या हसण्यात उपहास किती दडला होता कोण जाणे! पण वेदना बरीच होती. तिलाही सर्व माहीत होतं. पार्वती तिला आवडतही होती. पण तिचं घराणं मुलीचा हुंडा घेणाऱ्यातलं होतं. शिवाय व्याह्यांची घरं शेजारी शेजारी. शी! शी! ती म्हणाली, 'काकी, देवदास अजून तसा लहान आहे. हे त्याचं शिकण्यासवरण्याचं वय. ह्या वयात त्याचं लग्न आमच्या ह्यांना अजिबात पसंत पडणार नाही. द्विजदासचं लग्न लवकर केलं म्हणून ते मला नेहमी बोल लावतात. म्हणतात की त्याचं नुकसान झालं. शिक्षण काहीच झालं नाही.'

पार्वतीची आजी थोडी ओशाळली. गांगरली. तरीही म्हणाली, 'सूनबाई, ते सगळं खरं ग! पण पारू आता मोठी दिसायला लागलीय... उफाड्याची आहे ती... म्हणून म्हणते... नारायणला पसंत...' तिचं बोलणं मध्येच तोडत देवदासची आई म्हणाली, 'नाही काकी! ही गोष्ट मी त्यांच्याजवळ काढणार नाही. ह्या वेळी मी देवदासच्या लग्नाची गोष्ट काढली तर ते माझं तोंडसुद्धा पाहणार नाहीत.'

झालं! हा विषय एवढ्यावरच थांबला. पण स्त्रियांच्या पोटात काही राहत नाही हेच खरं! देवदासच्या वडलांच्या जेवणाच्या वेळेला त्याच्या आईनं हा विषय काढलाच.

'पारूच्या आजींनी आज तिच्या लग्नाची गोष्ट काढली माझ्याजवळ.'

नारायणबाबू म्हणाले, 'बरोबरच आहे. पारू आता लग्नाला आलीय. लवकर झालेलं बरं!'

'म्हणून तर काढला त्यांनी हा विषय. म्हणाल्या की देवदासबरोबर जर...'

नारायणबाबूंच्या कपाळाला आठ्या पडल्या. 'काय म्हणालीस मग तू?'

'मी आणखी काय म्हणणार! दोघांची खूप मैत्री आहे म्हणून मुलामुलीची खरेदी-विक्री करणाऱ्या चक्रवर्तींच्या घरातली मुलगी आपल्या घरात आणायची? त्यातून आपल्या घराला लागून त्यांचं घर... शी!'

नारायणबाबू संतुष्ट झाले. म्हणाले, 'बरोबर आहे तुझं! घराण्याचं हसू करून घ्यायचंय का? अशा गोष्टींकडे लक्ष देऊ नकोस.'

देवदासची आई कोरडेपणानं हसून म्हणाली, 'मी नाही देणार लक्ष. पण तुम्ही विसरू नका.'

नारायणबाबू भाताचा घास घेत गंभीरपणानं म्हणाले, 'तसं मी केलं असतं तर एवढ्या मोठ्या जमीनदारीची वाट लागली असती.'

त्यांची जमीनदारी कायम राहावी! त्याबद्दल कोणाचीच हरकत नव्हती. पण पार्वतीचं काय? तिला किती वाईट वाटलं असेल! लग्नाच्या प्रस्तावाला पूर्ण नकार मिळाला, ही गोष्ट नीलकंठांच्या कानावर गेल्यावर ते आईवरच चिडले, 'आई, कशाला काढलास हा विषय त्यांच्याकडे?'

आई गप्प बसली.

मग नीलकंठच पुढे म्हणाले, 'मुलींच्या लग्नासाठी आम्हाला कोणाचे पाय धरावे लागत नाहीत. उलट अनेकजण आमचेच पाय धरायला येतात. आमची मुलगी कुरूप नाही. बघा! माझे शब्द लक्षात ठेवा– एका आठवड्यात मी मुलीचं लग्न ठरवेन. लग्नाची काळजी करण्याचं कारणच काय?'

पण जिच्यावरून एवढं सगळं रामायण घडत होतं तिच्यावर तर आभाळच कोसळलं. देवदासवर फक्त तिचा एकटीचाच अधिकार आहे, अशी लहानपणापासूनची तिची समजूत होती. कोणी तिला हा अधिकार बहाल केला होता असं नव्हे. प्रथम तर तिलाही नीटसं काही कळलं नव्हतं.– तिच्या नकळत चंचल मनानं निमूटपणे हा अधिकार इतका पक्का करून टाकला होता की बाहेरून काही कळलं नाही तरी आज तो सोडण्याची वेळ येताच तिच्या मनात एक प्रचंड वादळ उठलं.

पण देवदासची गोष्ट जरा वेगळीच होती. लहानपणी पार्वतीवर त्यानं जो हक्क गाजवला होता त्याचा त्यानं पूर्ण लाभ उठवला होता. कलकत्त्याला गेल्यावर अभ्यास आणि इतर मौजमजेत पार्वतीला तो जवळजवळ विसरूनच गेला होता. खेड्यातल्या एकसुरी आयुष्यात पार्वती रात्रंदिवस फक्त त्याचाच विचार करत आलीय, ह्याचा त्याला पत्ताच नव्हता. एवढंच नाही तर लहानपणापासून ज्याला आपलं मानलं, चांगले-वाईट हट्ट ज्यानं आपल्याकडून पुरवून घेतले, त्याच्यामुळेच यौवनाच्या पहिल्याच पायरीवर आपल्याला अचानक घसरून पडावं लागेल, असं तिला कधीच वाटलं नव्हतं. पण तेव्हा लग्नाचा विचार कोणी केला होता? किशोर वयातलं नातं लग्नाच्या बंधनात बांधलं गेल्याशिवाय चिरस्थायी होत नाही, हे कोणाला माहीत होतं? 'हे लग्न होणं शक्य नाही.' हे ऐकल्यावर पार्वतीच्या सर्व आशा-आकांक्षांचा चक्काचूर झाला. पण देवदासला सकाळी अभ्यास करावा लागत असे. दुपारी फार गरम असतं म्हणून घराबाहेर पडता येत नसे. फक्त संध्याकाळीच मनात आल्यास तो बाहेर पडू शकत असे. एखाद्या संध्याकाळी चांगले कपडे घालून, हातात छडी घेऊन तो मोकळ्या मैदानावर हवा खायला जायचा. जाताना त्याला चक्रवर्तींच्या घरावरूनच जावं लागत असे.– पार्वती तिच्या वरच्या खोलीच्या खिडकीतून त्याला पाहून डोळे पुसत असे. तिला कितीतरी आठवणी येत. दोघंही आता मोठी झाली होती. मध्ये बराच काळ गेला होता. आता त्यांच्यात थोडा परकेपणा आला होता. लाज वाटायला लागली होती. त्या दिवशी, देवदास अचानक निघून गेला, नीट बोलला ही नाही कारण तो लाजला होता, एवढंच पार्वतीच्या लक्षात आलं होतं.

देवदासलाही हल्ली असंच वाटायचं. मधून मधून त्याला तिच्याशी गप्पा माराव्याशा वाटायच्या, तिच्याकडे पाहत राहावंसं वाटायचं. पण लगेच मनात

यायचं की हे बरं दिसेल का?

इथं कलकत्त्यासारखी गडबड नव्हती, मौजमजा, नाटक, गाणं-बजावणं नव्हतं. त्यामुळे इथं बालपणीच्या आठवणीच मनात गर्दी करायच्या. ती छोटी पारू आता पार्वती झालीय, हे लक्षात यायचं. पार्वतीही विचार करायची की तो देवदास आता देवदासबाबू झालाय. हल्ली देवदास पूर्वीसारखा वरचेवर चक्रवर्तींकडे जात नसे. एखाद्या दिवशी संध्याकाळी अंगणातूनच विचारायचा,

'काकी, काय चाललंय?'

काकी म्हणायची, 'ये, बाबा! बस ना!'

तेव्हा देवदास म्हणून जायचा, 'असू द्या, काकी! सहज आलो होतो.'

अशा वेळी कधी पार्वती वरच्या खोलीत असायची, तर कधी समोरच. देवदास काकीशी बोलायला लागला की पार्वती हळूच तिथून निघून जायची. रात्री त्याच्या खोलीत दिवा जळत असायचा. उन्हाळ्यात उघड्या खिडकीतून पार्वती बराच वेळ तिकडेच पाहत राह्यची.– तिथून दुसरं काहीच दिसायचं नाही. पार्वती लहानपणापासून स्वाभिमानी होती. मनातलं दु:ख कोणालाही कणभरसुद्धा कळू नये म्हणून ती पराकाष्ठेचे प्रयत्न करायची आणि मनातलं दु:ख दुसऱ्याला कळून तरी काय उपयोग? सहानुभूती तिला सहन होणार नव्हती आणि उपेक्षा, अपमान?– त्यापेक्षा मरण परवडलं. मागच्या वर्षीच मनोरमेचं लग्न झालं होतं. पण अजून ती सासरी गेली नव्हती. म्हणून मधून मधून गप्पा मारायला ती पार्वतीकडे येत असे. पूर्वी दोघी ह्या विषयावर मनमोकळेपणानं बोलत. पण आता विषय निघाला की पार्वती गप्प बसत असे किंवा विषय तरी बदलत असे.

काल रात्रीच नीलकंठ चक्रवर्ती गावाहून आले होते. पार्वतीला स्थळ बघण्यासाठी ते गेले होते आणि लग्न ठरवूनच परत आले होते. साधारण वीस-पंचवीस कोसावर वर्धमान जिल्ह्यातल्या हातीपोता गावच्या जमीनदारांशी पार्वतीचं लग्न ठरलं होतं. त्यांची स्थिती चांगली होती, वय असेल चाळीसच्या आत.– मागच्याच वर्षी त्यांची बायको वारली होती म्हणून आता दुसरं लग्न करत होते. हे ऐकून घरातल्यांना आनंद होण्याऐवजी वाईटच वाटलं. त्यातल्या त्यात चांगली गोष्ट म्हणजे भुवन चौधरींकडून जवळजवळ दोन-तीन हजार रुपये मिळणार होते. म्हणूनच घरातल्या बायका काही बोलल्या नाहीत.

एके दिवशी दुपारी देवदास जेवत असताना त्याच्या आईनं त्याला बातमी दिली, 'पारूचं लग्न ठरलं.'

'कधी आहे?' देवदासनं विचारलं.

'ह्याच महिन्यात. काल मुलीला पाहून गेले. नवरामुलगा स्वत:च आला होता.'

देवदासला आश्चर्य वाटलं, 'काय? मला तर काहीच कळलं नाही.'

'तुला कसं कळणार? नवरामुलगा विधुर आहे. पण पैसाअडका भरपूर आहे. पारू अगदी सुखासमाधानात राहील.'

देवदास खाली मान घालून जेवायला लागला. त्याची आईच पुढं म्हणाली, 'त्यांना आपल्या घरात मुलगी द्यायची होती.'

'मग?' देवदासनं मान वर करून विचारलं.

आई हसली. 'शी! ते कसं शक्य आहे? हुंडा घेणारे खालचे लोक! शिवाय घरं जवळ. शी!' आईनं नाक मुरडलं. देवदासच्या नजरेतून ते सुटलं नाही. आई थोडावेळ काहीच बोलली नाही. मग म्हणाली, 'ह्यांना बोलले होते मी.'

'मग बाबा काय म्हणाले?' देवदासनं विचारलं.

'आणखी काय म्हणणार? घराण्याचं हसू करून घ्यायचंय काय? असं सुनावलं मला.' देवदास काहीच बोलला नाही.

त्याच दिवशी दुपारी मनोरमा आणि पार्वती बोलत बसल्या होत्या. पार्वतीचे डोळे भरून येत होते आणि मनोरमा ते पुसत होती. मनोरमेनं विचारलं, 'आता काय करायचं ग?'

पार्वतीनं डोळे पुसले. 'काय करणार? तुझा नवरा तू पसंत करून लग्न केलंस का?'

'माझी गोष्ट वेगळी आहे ग! मी पसंतही केलं नाही आणि नापसंतही केलं नाही. पण मला काही दुःख, त्रास सोसावा लागला नाही. तू मात्र स्वतःच्या पायावर स्वतःच कुदळ मारून घेतलीस ग!'

पार्वतीनं उत्तर दिलं नाही. ती विचारात पडली.

मनोरमाच्या मनात काय आलं कोणास ठाऊक! किंचित् हसल्यासारखं करून तिनं विचारलं, 'नवऱ्यामुलाचं वय किती?'

'कोणाच्या नवऱ्यामुलाचं?'

'तुझ्या.'

पार्वतीनं थोडा हिशेब केला आणि उत्तर दिलं, 'बहुतेक एकोणीस.'

मनोरमेला आश्चर्याचा धक्काच बसला. 'असं कसं? आत्ताच तर ऐकलं ना जवळ जवळ चाळीस म्हणून!'

आता हसण्याची पाळी पार्वतीची होती. 'मनोदीदी, कितीजणांची वयं चाळीस आहेत, त्याचा काय मी हिशेब ठेवते? माझ्या वराचं वय एकोणीस-वीस एवढंच.'

तिच्याकडे टक लावून पाहत मनोरमेनं विचारलं, 'नाव काय त्याचं?'

पार्वती पुन्हा हसली. 'एवढ्या दिवसांत कळलं नाही वाटतं तुला!'

'मला कसं कळणार?'

'माहीत नाही? अच्छा! सांगते.' थोडं हसत, थोडं गंभीर होत पार्वती तिच्या कानात पुटपुटली, 'देवदास!'

मनोरमा प्रथम थोडी चपापली. मग तिला कोपरानं ढोसत म्हणाली, 'थट्टा पुरे हं! नाव आत्ताच सांग ना! नंतर सांगता येणार नाही.'

'सांगितलं ना!'

मनोरमा रागावून म्हणाली, 'त्याचं नाव देवदास आहे तर मग रडतेस कशाला?'

पार्वतीचं तोंड उतरलं. मग जरा विचार करून म्हणाली, 'खरं आहे! आता पुन्हा रडणार नाही.–'

'पारू!'

'काय?'

'जरा स्पष्ट बोल ना ग! मला काही समजलं नाही.'

'स्पष्टच तर सांगितलं.'

'पण काही समजलं नाही मला.'

'समजणारही नाही.' असं म्हणून पार्वतीनं तोंड फिरवलं.

मनोरमाला वाटलं की पार्वती काहीतरी लपवतेय.तिला मनातलं सांगायचं नाहीये. तिला रागही आला आणि वाईटही वाटलं. 'पारू, तुझं दुःख तेच माझं दुःख. तू सुखी व्हावंस असंच मला मनापासून वाटतं ग! जर तुला काही सांगायचं नसेल तर नको सांगूस. पण माझी अशी चेष्टा नको करूस.'

तिचं हे बोलणं ऐकून पार्वतीलाही वाईट वाटलं. ती म्हणाली, 'दीदी, अग, मी खरंच चेष्टा करत नाहीये. मला जेवढं कळलंय तेवढं तुला सांगितलं.' माझ्या स्वामीचं नाव देवदास. वय एकोणीस-वीस एवढंच मला ठाऊक आहे. तेच तुला सांगितलं!

'पण तुझं लग्न दुसऱ्या कोणाशी ठरलंय, असं ऐकलंय!'

'ठरलंय म्हणजे! आता आजीचं लग्न होणं शक्य नाही. लग्न होणार माझंच. पण मी तर काही असं ऐकलं नाही!'

मग मनोरमानं जे ऐकलं होतं ते सांगायला सुरवात केली. पार्वती तिला थांबवत म्हणाली, 'हे सगळं मीही ऐकलंय.'

'मग? देवदास तुला–'

'मला काय?'

मनोरमा हसू दाबत म्हणाली, 'स्वयंवर करायचा विचार आहे वाटतं? चोरून सगळं पक्कं ठरवून टाकलंय वाटतं!'

'अजून तसं काहीसुद्धा ठरलं नाहीये.'

मनोरमा पुन्हा जरा दुखावल्या स्वरात म्हणाली, 'पारू, तू काय बोलतेस ते

मला समजतच नाही बघ!'

'मग देवदासला विचारून तुला समजावून सांगेन.'

'काय विचारणार? लग्न करणार की नाही हे?'

'हो. तेच.'

मनोरमाला पुन्हा एकदा आश्चर्याचा धक्का बसला. 'पारू, अग, काय म्हणतेस! तू स्वत: त्याला विचारणार?'

'मग त्यात काय झालं?'

मनोरमाला काय बोलावं तेच सुचेना. 'काय म्हणतेस? स्वत:?'

'हो. स्वत:च नाहीतर माझ्याशिवाय कोण विचारणार, दीदी?'

'लाज नाही वाटणार?'

'लाज कसली? तुला सांगताना वाटली का लाज?'

'अग, मी बाईमाणूस. त्यातून तुझी मैत्रीण. पण पारू, तो पुरुष आहे.'

पार्वतीला आता मात्र हसू आवरलं नाही. 'तू मैत्रीण. तू माझी अगदी जवळची. पण तो परका कसा? जे तुझ्याजवळ बोलू शकते ते त्याच्याजवळ नाही बोलू शकत?'

मनोरमा चकित होऊन नुसती पाहत राहिली.

पार्वती हसत हसत म्हणाली, 'मनोदीदी, तू भांगात सिंदूर भरतेस पण स्वामी कोणाला म्हणायचं हे काही तुला कळलेलं नाही हं! तो माझा स्वामी नसता, माझ्या लाजलज्जेच्या पलीकडचा नसता तर अशी डोळ्यांत प्राण आणून बसले नसते आणि दीदी, मरायचंच ठरवल्यावर विष कडू का गोड असा विचार कोणी करतं का? त्याच्यापाशी कसली लाजलज्जा?'

मनोरमा तिच्याकडे नुसती बघत राहिली. मग थोड्या वेळानं तिनं विचारलं, 'त्याला काय विचारशील? पायाशी जागा दे, असं सांगशील?'

पार्वती बराच वेळ एकही शब्द बोलली नाही. मग म्हणाली, 'तेव्हाचं आताच सांगता येणार नाही, दीदी.'

घरी परतताना मनोरमाच्या मनात आलं, 'धन्य आहे पारूची! केवढं धाडस! मेले असते तरी माझ्या तोंडून असलं काही निघालं नसतं बाई!' हे तर खरंच! म्हणून पार्वती तिला म्हणाली ना की तू भांगात सिंदूर भरतेस, हातात बांगड्या भरतेस, पण तुला काही कळत नाही.'

◆

६

रात्रीचा एक वाजला असेल. चांदणं पिठुरलं होतं. पार्वतीनं चादर डोक्यापासून पायांपर्यंत लपेटून घेतली आणि ती खाली उतरून आली. सभोवार निरखून पाह्यलं– कोणी जागं तर नाही? मग हळूच दार उघडून ती रस्त्यावर आली. खेडेगावातला रस्ता! एवढ्या रात्री कोण असणार तिथं! सगळीकडे शांत होतं. शुकशुकाट होता. जमीनदारवाड्यापर्यंत यायला तिला काही अडचण आली नाही. मात्र वाड्याच्या देवडीवर वृद्ध दरवान किसनसिंह तुलसी रामायण वाचत होता. पार्वती आत जायला लागली तसं रामायणावरची नजर न हलवताच त्यानं विचारलं, 'कोण?'

'मी.' पार्वतीनं एवढंच उत्तर दिलं.

दरवानजीनं बाईचा आवाज ऐकल्यावर आणखी विचारपूस केली नाही. तो पुन्हा हेल काढून रामायण वाचायला लागला. पार्वती आत आली. उन्हाळ्याचे दिवस असल्यानं बरेच नोकर अंगणातच झोपले होते. त्यातले काही गाढ झोपले होते तर काही अर्धवट जागे होते. काहींनी पार्वतीला पाह्यलंही. पण झोपेत ते तिला दासी समजले. म्हणून कोणीच पार्वतीला हटकलं नाही. ती निर्विघ्नपणे जिन्यानं वर गेली. ह्या वाड्याची तिला खडा-न्-खडा माहिती होती. त्यामुळे ती सरळ देवदासच्या खोलीपाशी गेली. त्याच्या खोलीचं दार उघडं होतं आणि आत दिवा जळत होता. पार्वतीनं आत येऊन पाह्यलं तर त्याला झोप लागली होती. डोक्यापाशी एक कुठलंतरी पुस्तक उघडच पडलं होतं. ह्याचा अर्थ वाचता वाचता त्याला नुकतीच झोप लागली असावी. दिवा थोडा मोठा करून ती त्याच्या पायाशी येऊन बसली. घड्याळाची टकटक सोडली तर दुसरा कसलाच आवाज नव्हता. देवदासच्या पायावर हलकेच हात ठेवून पार्वतीनं हळूच हाक मारली, 'देवदा!'

देवदास झोपेत होता. कोणीतरी हाक मारतेय एवढंच त्याला कळलं. डोळे न उघडताच त्यानं नुसतं 'हूं' केलं.

'ए देवदा–'

आता मात्र डोळे चोळत तो उठून बसला. पार्वतीनं तोंड झाकलं नव्हतं. दिवाही मोठा होता. त्यामुळे त्यानं तिला ओळखलं. पण पहिल्या प्रथम त्याचा आपल्या डोळ्यांवर विश्वासच बसेना. 'पारू, तू?'

'हो. मीच.'

त्यानं घड्याळाकडे नजर टाकली आणि त्याला आश्चर्याचा आणखी एक

झटका बसला. 'पारू, तू? आणि एवढ्या रात्री?'
पार्वती काही बोलली नाही. मान खाली घालून बसून राहिली.
देवदासनं पुन्हा विचारलं, 'एवढ्या रात्री एकटी आलीस?'
'हो.'
काळजीनं आणि शंकेनं त्याचा जीव थोडा थोडा झाला. 'काय सांगतेस! येताना भीती नाही वाटली?'
पार्वती हळूच हसून म्हणाली, 'मला भुताची तितकीशी भीती वाटत नाही.'
'भुताचं जाऊ दे. पण माणसाची भीती तर वाटते ना? कशासाठी आलीस एवढ्या रात्री?'
पार्वतीनं उत्तर दिलं नाही. पण मनातल्या मनात ती म्हणाली, 'आता मलाच ते कळत नाहीये.'
'आत कशी आलीस? कोणी पाह्यलं तर नाही?'
'दरवानजीनं पाह्यलं.'
देवदासनं डोळे फाडत विचारलं, 'दरवानानं पाह्यलं? आणखी कोणी?'
'अंगणात नोकर झोपलेत ना, त्यांतल्याही कोणी पाह्यलं असावं.'
उडी मारूनच देवदास बिछान्यातून उठला आणि त्यानं दार बंद करून घेतलं. 'कोणी ओळखलं तर नाही ना?'
जराही विचलित न होता अगदी सहजपणे पार्वतीनं उत्तर दिलं, 'ते सगळेच मला ओळखतात. एखाद्याला कळलंही असेल.'
'काय म्हणतेस? असं का केलंस पारू?'
पार्वती मनातल्या मनात म्हणाली, 'ते तुला कसं कळणार?' पण उघडपणे काहीही बोलली नाही. नुसतीच बसून राहिली.
'एवढ्या रात्री? छे! छे! उद्या तोंड कसं दाखवशील?'
'माझ्यात तेवढं धाडस आहे.'
तिचं उत्तर ऐकून देवदासला राग आला नाही. पण काळजी वाटली, 'आता का तू लहान आहेस? इथं, अशा अवेळी येताना तुला लाजबीज काहीच वाटली नाही?'
'अजिबात नाही.' पार्वतीनं नकारार्थी मान हलवली.
'उद्या शरमेनं मान खाली घालावी लागली तर?'
हा प्रश्न ऐकताच पार्वतीनं चमकून देवदासकडे पाह्यलं. त्या नजरेला धार होती आणि तिच्यात कारुण्यही होतं. मग विनासंकोच ती म्हणाली, 'मान खाली गेली असती पण केव्हा– तू माझी सगळी लाज झाकशील ह्याची मला खात्री नसती तर!'

देवदास थक्क झाला. 'मी? मी तरी तोंड दाखवू शकेन का?'

पार्वतीनं पुन्हा शांतपणे उत्तर दिलं, 'तू? तुझं काय देवदा! तू पुरुषमाणूस! आज ना उद्या तुझा अपराध लोक विसरतील. दोन दिवसानंतर त्याची कोणाला आठवणही राहणार नाही– एका रात्री जगाची पर्वा न करता दुर्दैवी पार्वती तुझ्या पायावर डोकं टेकायला आली होती....'

'असं कसं पारू!'

'आणि मी–'

'आणि तू?' मंत्रमुग्ध झाल्याप्रमाणे देवदासनं प्रश्न विचारला.

'माझ्या डागाबद्दल विचारतो आहेस? नाही. मला डाग लागणार नाही. तुझ्याकडे चोरून आले म्हणून कोणी मला नावं ठेवली तरी मी मनावर घेणार नाही.'

'हे काय पारू? रडतेस?'

'देवदा, नदीला किती पाणी असतं! तेवढं पाणी माझा डाग धुवून काढायला पुरणार नाही?'

देवदासनं अचानक पार्वतीचे हात हातात घेतले. 'पार्वती!'

देवदासच्या पायावर डोकं टेकत गदगदल्या आवाजात पार्वती म्हणाली, 'इथं जागा दे मला, देवदा!'

मग दोघेही निमूट बसून राह्यले. देवदासच्या पायांवर आसवांची धार पडत होती.

बऱ्याच वेळानतंर पार्वतीचं तोंड आपल्या हातात घेत देवदासनं विचारलं, 'पारू, माझ्याशिवाय दुसरा इलाज नाही?'

पार्वती होती तशीच त्याच्या पायाशी बसून राहिली. एकही शब्द बोलली नाही. खोलीत फक्त हुंदक्यांचा आवाज होता. दोनचे ठोके पडले. देवदासनं हाक मारली, 'पारू!'

पार्वतीनं हुंदके देतच विचारलं, 'काय?'

'आई-बाबा तयार नाहीत. माहीत आहे?'

पार्वतीनं मानेनंच तिला माहीत असल्याचं सांगितलं. मग बराच वेळ कोणीच काही बोललं नाही. अखेर एक नि:श्वास सोडत देवदासनंच शांततेचा भंग केला, 'मग आणखी आता काय?'

पाण्यात बुडणारं माणूस आंधळेपणानं हातात येईल ते धरायचा प्रयत्न करतं, तसेच पार्वतीनं देवदासचे पाय घट्ट धरून ठेवले. ती त्याला म्हणाली, 'मला काही ऐकायचं नाही, देवदा!'

'पारू, आई-बाबांच्या मनाविरुद्ध जाऊ?'

'त्यात चूक काय, देवदा? जा ना!'
'मग तू राहशील कुठं?'
'इथं तुझ्या पायाशी.' पार्वतीला रडू आवरत नव्हतं.
पुन्हा खोलीत शांतता पसरली. चारचे ठोके पडले. उन्हाळ्यातली रात्र. आता उजाडेल हे लक्षात येताच देवदास म्हणाला, 'चल पारू! तुला घरी पोहचवून देतो!'
'माझ्याबरोबर येणार?'
'मग काय झालं? बदनाम झालं तर फायदाच होईल कदाचित्–'
'तर मग चल.'
दोघंही न बोलता बाहेर पडली.

◆

७

दुसऱ्या दिवशीच देवदासनं वडलांजवळ पार्वतीचा विषय काढला. अर्थातच ह्या विषयावर फार वेळ बोलणं होणं शक्यच नव्हतं. त्याचे वडील म्हणाले, 'तू मला लहानपणापासून त्रास देत आला आहेस आणि मरेपर्यंत त्रासच देणार हे नक्की. तेव्हा तुझ्या बोलण्याचं मला मुळीच नवल वाटत नाही.'

देवदास निमूटपणे खाली मान घालून उभा राह्यला. वडलांनी त्याला स्वच्छच सांगून टाकलं की मला ह्यात घेऊच नका. तू आणि तुझी आई मिळून तुम्हाला वाटेल ते करा.

हे ऐकून देवदासची आई म्हणाली, 'बाबा, माझ्या नशिबात हेच का लिहिलं होतं!'

त्याच दिवशी देवदास सामानसुमान घेऊन कलकत्त्याला निघून गेला.

पार्वतीला जेव्हा तो गेल्याचं कळलं तेव्हा तिच्या करारी चेहऱ्यावर एक उदास, कोरडं हसू क्षणभर पसरलं. ती काहीही बोलली नाही. कालच्या रात्रीची हकिकत कोणाला कळली नव्हती. तिनंही कोणाला सांगितली नाही. पण मनोरमा तिला खोदून खोदून विचारायला लागलीच. 'पारू, देवदास गेला म्हणे!'

'हं!'

'मग आता काय करणार तू?'

पार्वतीनं तरी कुठं काय ठरवलं होतं? मग ती मनोरमेला तरी काय सांगणार होती? कित्येक दिवस ती तिच्या मनात आशा-निराशेचा हिशेब करत होती. पण कशाचाच मेळ बसत नव्हता. संकटाच्या वेळी माणसाला आशा-निराशेनं घेरून टाकलं की दुबळं मन भीत भीत आशेलाच घट्ट धरून ठेवतं. चांगल्या बाजूकडेच झुकतं. उत्सुकतेनं, इच्छा असो वा नसो, आशेकडेच डोळे लावून बसतं. पार्वतीलाही काल रात्रीची घटना फोल ठरणार नाही, असंच वाटत होतं. पण मनासारखं घडलं नाही तर तिची अवस्था काय होईल, ह्याची कल्पनाच तिला करता येत नव्हती. म्हणूनच तिला वाटत होतं की देवदादा पुन्हा परत येईल, तिला भेटेल आणि म्हणेल, 'पारू, मी जिवंत असताना तुला दुसऱ्याची होऊ देणार नाही.'

पण दोन-तीन दिवसांनी पार्वतीला देवदासचं पत्र आलं.–

'पार्वती, तिथून आल्यापासून आज दोन दिवस तुझाच विचार करतोय. आपल्या लग्नाला आई-बाबांचा विरोध आहे. तुला सुखी करायला गेलो तर त्यांना भयंकर धक्का बसेल आणि त्यांना दुःख

झालेलं मला सहन होणार नाही. शिवाय त्यांच्या विरुद्ध जाऊन हे लग्न होणार तरी कसं? तुला पुन्हा पत्र लिहिण्याचा आता तरी माझा विचार नाही. म्हणून ह्याच पत्रात सर्व स्पष्टपणे लिहीत आहे. तुझं घराणं खालचं आहे. मुलीचा हुंडा घेणाऱ्या घरातली मुलगी घरात आणायला आई अजिबात तयार नाही आणि आपली घरं जवळ असणं हे तिच्या मते अतिशय गैर आहे, वाईट दिसणारं आहे. बाबांचं तर तुला सर्व माहीतच आहे. त्या रात्रीच्या प्रसंगाची आठवण झाली की खूप वाईट वाटतं. तुझ्यासारखी करारी मुलगी खूप दुःखात असल्याशिवाय असं काही करणार नाही, हे मला समजतंय.

आणखी एक गोष्ट– तुझ्यावर मी खूप प्रेम केलंय, असं मला वाटत नाही. आजही तुझ्यासाठी मला खूप त्रास होतोय, असं वाटत नाही. पण माझ्यामुळे तुला त्रास सोसावा लागणार आहे, ह्याचं मात्र वाईट वाटतं. मला विसरण्याचा प्रयत्न कर. 'तुझं कल्याण होवो!' हा मनापासून आशीर्वाद.'

–देवदास.

पत्र पोस्टात टाकता क्षणी देवदासच्या विचारांनी पलटी खाल्ली. हातातून बाण तर सुटला होता! एक पुसट शंका हळूहळू त्याच्या मनात घर करायला लागली होती. तो विचार करायला लागला की हा बाण तिला कुठं लागेल? किती मोठी जखम करेल? ती वाचेल का? त्या रात्री पायावर डोकं ठेवून ती केवढी रडली होती! पोस्टऑफिसमधून परत येताना देवदासच्या मनात विचारांनी गर्दी केली होती. केलं ते बरोबर केलं की चूक? पार्वतीचा ह्यात काय दोष? मग आई-बाबांनी विरोध का करावा? वय वाढलं होतं, विचार करण्याची क्षमता आली होती, कलकत्त्यात राह्यल्यामुळे जगाची ओळख झाली होती आणि म्हणूनच फक्त लोकांना दाखवण्यासाठी कुलमर्यादा पाळणं, संकुचित विचारांमुळे आयुष्याचा नाश करून घेणं योग्य नाही, हे त्याला पटलं होतं. जर पार्वतीनं आयुष्याचा शेवट करायचा ठरवलं, ह्रदयातली आग विझवण्यासाठी नदीकडे धाव घेतली तर देवदासच्या जीवनावर त्या महापातकाचा डाग लागणार नाही का?

देवदास खोलीवर येऊन आडवा झाला. हल्ली तो मेसमध्ये राह्यला आला होता. मामाचं घर त्यानं केव्हाच सोडलं होतं. तिथं त्याची गैरसोय होत होती. मेसमध्ये देवदासच्या पलीकडच्या खोलीत चुनीलाल राहत होता. तो जवळ जवळ नऊ वर्षं तिथं राहत होता. बी. ए. होण्यासाठी त्यानं एवढी वर्षं खर्च केली होती. पण ध्येयापर्यंत पोहोचता न आल्यानं तो होता तिथंच होता. तो

नेहमीप्रमाणे संध्याकाळी बाहेर पडला होता आणि पहाटेशिवाय परत फिरणार नव्हता. मेसमध्ये कोणीही नव्हतं. मोलकरणीनं येऊन दिवा लावला. देवदास दार लावून झोपून गेला.

हळूहळू मेसमध्ये राहणारे परतू लागले.जेवणाच्या वेळी त्यांनी देवदासला हाकाही मारल्या. पण तो उठला नाही. चुनीलाल रात्री खोलीत नसायचाच. आजही नव्हता.

रात्रीचा एक वाजून गेला होता. मेसमध्ये देवदास सोडून सर्व झोपी गेले होते. चुनीलाल परत आला तेव्हा त्यानं पाह्यलं की देवदासच्या खोलीचं दार बंद आहे पण आत दिवा आहे. त्यानं दारावर टकटक करून विचारलं,

'देवदास, अजून झोपला नाहीस?'

देवदासनं आतूनच उत्तर दिलं, 'नाही. पण तुम्ही आज लवकर कसे?'

चुनीलाल थोडंसं हसून म्हणाला, 'हो. आलो लवकर. बरं वाटत नाही जरा म्हणून आलो परत.' मग काही वेळानं पुन्हा देवदासच्या खोलीच्या दाराजवळ येऊन चुनीलालनं विचारलं, 'देवदास, जागा आहेस ना? जरा दार उघडतोस का?'

'हो. का?'

'हुक्का आहे?'

'आहे.' देवदासनं दार उघडलं. चुनीलालनं हुक्क्यात तंबाखू भरता भरता देवदासला विचारलं, 'एवढ्या रात्री जागा कसा तू?'

'रोज कुठं झोप येते!'

'येत नाही?' चुनीलाल थोडं उपहासानं म्हणाला, 'मला तर वाटलं होतं की तुझ्यासारख्या गुणी मुलांनी मध्यरात्र कधी पाहिलीच नसेल.– आज मला नवीनच ज्ञान मिळालं तर!'

देवदास गप्प राहिला. चुनीलालनं दिलखुलासपणे हुक्का ओढता ओढता विचारलं,

'देवदास घरून परत आल्यापासून तुझं काहीतरी बिनसलंय का? तुला काहीतरी त्रास होतोय.'

देवदासला उदास वाटत होतं. त्यानं उत्तर दिलं नाही.

'तुझं मन ठिकाणावर नाही. हो ना?'

देवदास एकदम उठून बसला आणि उत्सुकतेनं त्यानं विचारलं, 'अच्छा, चुनीबाबू, तुम्हाला काही त्रास, दुःख नाही?'

चुनीलाल हसला. 'अजिबात नाही.'

'तुम्हाला कधीच काही दुःख, कष्ट सोसावे लागले नाहीत?'

'असं का विचारतोस?'

'मला ऐकायचंय.'

'मग सांगेन एखाद्या दिवशी.'

'बरं! चुनीबाबू, रात्रभर कुठं असता तुम्ही?'

चुनीलाल गालातल्या गालात हसला. 'ते तुला माहीत नाही का?'

'थोडं माहीत आहे. पण नीट नाही.'

चुनीलालचा चेहरा उजळला. एरवी ज्या विषयावर उघडपणे बोलायला कोणालाही लाज वाटेल त्याबद्दल चुनीलालला सवयीनं काहीही वाटेनासं झालं होतं. मोठ्या कौतुकानं डोळे मिटून तो म्हणाला, 'तुला नीट माहीत करून घ्यायचं असेल तर माझ्यासारखं व्हावं लागेल. उद्या माझ्याबरोबर येशील?'

देवदासनं थोडा विचार केला आणि म्हणाला, 'तिथं खूप आनंदात वेळ जातो, दुःख विसरून जातो माणूस, असं ऐकलंय. खरं आहे हे?'

'एकदम खरं.'

'तसं असेल तर मला न्या ना तुमच्याबरोबर. मी येईन.'

दुसऱ्या दिवशी संध्याकाळी चुनीलाल देवदासकडे येऊन बघतो तर देवदास बाडबिस्तरा बांधून, तयार होऊन जायला निघालेला. चुनीलालनं विचारलं, 'हे काय? येणार नाहीस?'

देवदास वर न पाहताच म्हणाला, 'हा निघालोच!'

'मग हे सगळं काय चाललंय?'

'जायची तयारी करतोय.'

चुनीलाल गालातल्या गालात हसला. मनात म्हणाला, 'ही तयारी काही वाईट नाही हं!' मग उघड उघड म्हणाला, 'सगळं घरच उचलून नेणार आहेस का तिकडे?'

'मग कुठं ठेवू?'

चुनीलालला काही समजेचना. 'मी नाही का माझं सामानसुमान इथं खोलीत ठेवून जात?'

अचानक भानावर आल्यासारखं देवदासनं चुनीलालकडे पाह्यलं. मग थोडं लाजून तो म्हणाला, 'मी घरी जातोय, चुनीबाबू!'

'हे काय रे? कधी परत येणार?'

'पुन्हा नाही येणार इकडे परत.'

चुनीलाल चकित होऊन त्याच्याकडे पाहतच राहिला. देवदास त्याला सांगायला लागला, 'चुनीबाबू, हे पैसे घ्या आणि ज्यांचे पैसे द्यायचे राह्यले असतील त्यांना देऊन टाका. उरलेले नोकरांना वाटून टाका. आता मी पुन्हा कलकत्त्याला येणार

नाही.' पुढे मनातल्या मनात तो म्हणाला, 'कलकत्त्याला येऊन मी खूप काही गमावलं. खूप गमावलं.'

आज यौवनाच्या धूसर अंधाराचा पडदा त्याच्या डोळ्यांवरून बाजूला सरकला आणि नजरेला पडलं एक रत्न.– अनघड, पैलू न पाडलेलं, किशोर वयातलं, न मागता आपोआप मिळालेलं, पायदळी पडलेलं. हे रत्न त्याला संपूर्ण कलकत्त्याहून मोठं वाटलं, किमती वाटलं. चुनीलालला तो म्हणाला, 'चुनी, शिक्षण, विद्या, बुद्धी, ज्ञान, उन्नती– हे सगळं सुखासाठी असतं. असं पाहा.... स्वतःच्या सुखापुढे ह्यांची काय किंमत?....'

चुनीलाल त्याला आडवत म्हणाला, 'म्हणजे आता तू शिक्षण सोडून देणार की काय?'

'हो. शिक्षणामुळे माझं पुष्कळ नुकसान झालंय. आधीच हे कळलं असतं तर मी कलकत्त्याचं तोंडच बघितलं नसतं.'

'काय झालंय रे तुला?'

देवदास विचारात पडला. काही वेळानं म्हणाला, 'पुन्हा जर भेट झालीच तर सर्व सांगेन!'

तेव्हा रात्रीचे नऊ वाजले होते. मेसमधले सर्व चुनीलालप्रमाणेच चकित झाले होते. त्यांना अचानक आश्चर्याचा धक्का देऊन देवदासनं मेसला कायमचा राम राम ठोकला आणि तो आपल्या घरी निघून गेला. तो गेल्यावर रागानं चुनीलाल इतर लोकांना म्हणाला, 'गोगलगाय आणि पोटात पाय. अशा लोकांना ओळखणं महाकठीण!'

◆

८

जगात दोन प्रकारचे लोक असतात. एक प्रकार जागृत आणि अनुभवी लोकांचा. हे एखाद्या गोष्टीबद्दल पूर्ण विचार केल्याशिवाय आपलं मत देत नाहीत. एखाद्या गोष्टीचा वरवर विचार करून निर्णय घेऊन मोकळे होत नाहीत. सारासार विचार केल्याशिवाय ते टिप्पणी करत नाहीत. दुसऱ्या प्रकारचे लोक बरोबर ह्यांच्या उलट असतात. एखाद्या गोष्टीबद्दल सारासार विचार करण्याइतका धीर त्यांच्याजवळ नसतो. चटकन् चांगलं-वाईट ठरवून ते मोकळे होतात. खोलात जाऊन बघण्याचे कष्ट घेण्यासही ते तयार नसतात. स्वत:च्या मतावर भरवसा ठेवून ते निर्धास्त राहतात. असे लोक यशस्वी होत नाहीत, असे नाही. उलट कधी कधी ते फार मोठं काम करून जातात. नशिबानं साथ दिली तर यशाच्या सर्वोच्च शिखरावर जाऊन पोहोचतात. पण नशिबानं पाठ फिरवली तर अवनतीच्या खाईत जाऊन ते कोसळतात पुन्हा कधीही न उठण्यासाठी. देवदास ह्याच कोटीतला माणूस होता.

दुसऱ्या दिवशी सकाळीच तो घरी हजर झाला. त्याला अचानक आलेलं पाहून आईनं आश्चर्यानं विचारलं, 'हे काय, देवा! कॉलेजला पुन्हा सुट्टी लागली की काय?' थंडपणे 'हो' म्हणून देवदास तिथून निसटला. वडलांनाही त्यानं असंच मोघम उत्तर दिलं. वडलांच्या काहीच लक्षात आलं नाही म्हणून त्यांनी देवदासच्या आईलाच विचारलं. तिनं तिची बुद्धी चालवून उत्तर दिलं की उन्हाळा कमी झाला नाही म्हणून पुन्हा सुट्टी दिली.

दोन एक दिवस देवदासनं असेच घालवले. तो खूप बेचैन होता. त्याची इच्छा पुरी होत नव्हती. पार्वतीशी निवांतपणे त्याची भेट होत नव्हती. तिच्या आईशी त्याची गाठ पडली तेव्हा ती त्याला म्हणाली, 'देवा, आता आलाच आहेस तर पारूच्या लग्नापर्यंत थांब.'

'अच्छा!' देवदासनं कसंबसं उत्तर दिलं.

रोजच दुपारी जेवणखाण उरकल्यावर पार्वती पाणी आणण्यासाठी घाटावर जायची. पितळेची कळशी घेऊन नेहमीप्रमाणे आजही ती घाटावर आली. पाहते तो देवदास एका बोरीच्या आडोशाला गळ टाकून बसला होता. तिला एकदा वाटलं, परत फिरावं, तर एकदा वाटलं चूपचाप पाणी भरून घेऊन निघून जावं. काय करावं ते पटकन् तिला सुचेना. तिच्या कळशीचा आवाज होताच त्यानं वळून पाह्यलं. नंतर हात हलवून तो ओरडला, 'पारू, इकडे ये.'

पार्वती हळूच त्याच्याजवळ जाऊन उभी राहिली. त्यानं एकदाच तिच्याकडे

पाह्यलं आणि पुन्हा पाण्याकडे नजर लावून बसला.

मग पार्वतीनंच विचारलं, 'देवदा, मला काही सांगायचंय?'

देवदास वर न पाहताच म्हणाला, 'हं! बस.'

पार्वती बसली नाही. मान खाली घालून उभीच राहिली. पण देवदास काहीच बोलत नाही असं पाहून ती हळूहळू घाटाकडे निघाली. देवदासनं एकदा नजर उचलून तिच्याकडे पाह्यलं. पुन्हा पाण्याकडे एकटक पाहत तो म्हणाला, 'ऐक.'

पार्वती वळली पण तो काही बोलत नाही असं पाहून पुन्हा चालायला लागली. देवदास तसाच बसून राहिला. काही वेळानं त्यानं पाह्यलं की पार्वती पाणी घेऊन घरी निघालीय. तेव्हा मात्र गळ गुंडाळून तो तिच्यापाशी आला, 'मी आलोय.'

पार्वतीनं कळशी खाली ठेवली आणि काहीही न बोलता ती उभीच राहिली.

'मी आलोय, पारू.'

पार्वतीनं बऱ्याच वेळानं अत्यंत शांतपणे विचारलं, 'का?'

'तू बोलावलं होतंस. आठवत नाही?'

'नाही.'

'असं कसं पारू! ती रात्र विसरलीस?'

'नाही. पण आता त्याचं काय?' ती शांतपणे बोलत होती पण स्वर अगदी कोरडा होता.

देवदासला त्याचं मर्म कळलंच नाही. तो म्हणाला, 'पारू, मला माफ कर! तेव्हा माझ्या खरंच काही लक्षातच आलं नाही ग!'

'गप्प बस! मला आता काही ऐकायचं नाही.'

'मी कसंही करून आई-बाबांचं मन वळवेन. तू फक्त–'

पार्वतीनं त्याच्याकडे तीक्ष्ण नजरेनं पाह्यलं, 'तुला आई-वडील आहेत आणि मला नाहीत? त्यांचा विचार नको घ्यायला?'

देवदास ओशाळला. 'तुझं बरोबर आहे पारू! पण त्यांचा आपल्या लग्नाला विरोध नाही. फक्त तू–'

'कोणी सांगितलं त्यांचा विरोध नाही म्हणून? पूर्ण विरोध आहे.'

देवदासनं हसण्याचा प्रयत्न केला. 'नाही. त्यांचा विरोध नाही, हे चांगलं ठाऊक आहे मला. फक्त तू–'

पार्वती त्याला तोडत किंचाळून म्हणाली, 'फक्त मी–तुझ्याबरोबर–शी!–'

क्षणात देवदासचे डोळे रागानं लाल झाले. त्यानं कठोरपणे विचारलं, 'पार्वती, मला विसरून गेलीस?'

प्रथम पार्वती चाचरली पण लगेचच स्वतःला सावरून घेऊन म्हणाली, 'नाही. विसरेन कशी! लहानपणापासून तुला पाहत आलेय ना! कळायला लागल्यापासून

तुला घाबरत आलेय. तू काय मला भीती दाखवायला आला आहेस? पण मलाही तू ओळखतोस की!' तिनं न घाबरता त्याच्या नजरेला नजर भिडवली.

क्षणभर देवदासच्या तोंडातून शब्द फुटला नाही. काही वेळानं त्यानं विचारलं, 'तुला माझी फक्त भीती वाटते–आणखी काही नाही वाटत?'

'नाही. काहीही नाही.'

'खरं सांगतेस?'

'हो. अगदी खरं! आता माझा तुझ्यावर अजिबात विश्वास नाही. मी ज्यांची होणार आहे ते श्रीमंत, बुद्धिमान, शांत आणि विचारी आहेत. धार्मिकही आहेत. माझ्या आई-बाबांना माझं कल्याण व्हावं असंच वाटतं. म्हणून ते तुझ्यासारख्या अडाणी, लहरी, अविचारी माणसाच्या हातात माझा हात मुळीच देणार नाहीत. वाट सोड माझी.'

देवदास जरा बावचळला. एकदा तर तो तिची वाटही सोडायला निघाला. पण लगेचच त्यानं विचार बदलला. तिच्याकडे रोखून पाहत म्हणाला, 'एवढी घमेंड!'

'का नसावी? तुला असू शकते तर मला का असू शकत नाही? तुला रूप आहे पण तुझ्यापाशी गुण नाहीत. माझ्यापाशी रूप आणि गुण दोन्हीही आहे. तुम्ही बडे आहात. पण माझे बाबाही भिकारी नाहीत. शिवाय दोन दिवसांनी मीही तुमच्या तोलामोलाची होणारच आहे, हे तुला सांगायला नकोच.'

देवदास अवाक झाला.

पार्वती पुढे म्हणाली, 'तुला वाटत असेल की तू माझं खूप नुकसान करू शकशील. खूप नाही पण थोडं करू शकशील, हे मला ठाऊक आहे. ठीक आहे. करच. पण आता माझी वाट सोड.'

पार्वतीचं हे बोलणं ऐकून देवदास गोंधळला. त्यानं विचारलं, 'मी कसं काय नुकसान करणार तुझं?'

पार्वतीनं चटकन् उत्तर दिलं, 'बदनामी करून. जा. कर जा.'

हे ऐकून देवदास थक्क झाला. त्याच्या तोंडातून एवढेच शब्द बाहेर पडले, 'मी तुझी बदनामी करेन!'

पार्वती हसली. त्या हसण्यात जळजळीत कडवटपणा होता. 'जा ना! अखेरच्या क्षणाला माझ्या तोंडाला काळं फास. मी त्या रात्री एकटीच तुझ्याकडे आले होते हे सगळ्यांना ओरडून सांग. म्हणजे तुला समाधान मिळेल.' संतापानं आणि अभिमानानं तिचे ओठ थरथर कापत होते.

आता रागानं आणि अपमानानं देवदासचाही पारा चढला. तो पुटपुटला, 'खोटी बदनामी करून मला समाधान मिळेल?' दुसऱ्याच क्षणी गळ गरगर फिरवत तो ओरडला, 'हे बघ पार्वती, एवढं रूप असणं बरं नव्हे! त्यानं अहंकार वाढतो.' मग

आवाज जरा खाली घेत म्हणाला, 'चंद्र सुंदर आहे म्हणूनच त्याच्यावर डाग आहे. कमळ पांढरंशुभ्र असतं म्हणून त्याच्यावर काळा भुंगा बसतो. थांब! तुझ्याही ह्या रूपाला थोडा डाग हवाच.'

देवदासची सहनशीलता संपली होती. त्यानं गरगर फिरवत गळाचा फटका पार्वतीच्या कपाळावर मारला. डाव्या भुवईपर्यंत चिरलं गेलं. पार्वतीचं तोंड रक्तबंबाळ झालं. पार्वती मटकन् खाली बसली. विव्हळत म्हणाली, 'देवदा, हे काय रे केलंस?'

देवदासानं गळाचे तुकडे तुकडे करून पाण्यात फेकून दिले. मग शांतपणे म्हणाला, 'फार काही झालं नाही. थोडं चिरलं गेलंय.'

पार्वती कळवळून म्हणाली, 'देवदाऽ'

देवदासनं झब्ब्याचा काठ फाडून पाण्यात भिजवला आणि पार्वतीच्या कपाळाला बांधला. 'त्यात भिण्यासारखं काय आहे पारू! लवकरच जखम भरून येईल. फक्त डाग राहील. जर कोणी विचारलं तर खोटं सांग नाहीतर खरं सांगून स्वत:च स्वत:ची बदनामी करून घे.'

'अयाई ग!'

'छे! असं करू नये पारू! अखेरचा निरोप घेताना तुझ्या लक्षात राहावं म्हणून एक खूण करून ठेवली. असा सुंदर चेहरा आरशात पाहशीलच ना?' असं बोलून उत्तराची वाट न पाहता तो चालायला लागला.

पार्वतीनं अजिजीनं हाक मारली, 'ए देवदादा!'

देवदास तिच्याजवळ आला. त्याच्या डोळ्यांत पाणी होतं.

मोठ्या प्रेमानं त्यानं विचारलं, 'काय ग पारू?'

'कोणाला काही सांगू नकोस हं!'

देवदासनं पार्वतीच्या केसांवर ओठ टेकले. 'छट्! पारू, असं का बोलतेस? तू मला परकी आहेस का? लहानपणी खोडी काढली की मी तुझा कान पिरगळायचो. आठवतं ना?'

'देवदादा, मला माफ कर!'

'ते काय सांगायला पाहिजे, मितिनी! पारू, खरंच का मला पार विसरून गेलीस? कधी मी तुझ्यावर रागावलो ग? कधीच माफ केलं नाही?'

'देवदादा!'

'पार्वती, तुला माहीतच आहे की मला फार बोलता येत नाही. मी फारसा विचारही करत नाही. मनात येईल ते करतो.' देवदासनं आशीर्वादासाठी पार्वतीच्या डोक्यावर हात ठेवला.

'तू योग्य तेच केलंस. माझ्याकडून तुला सुख मिळालं नसतं. पण जर तू माझी

झाली असतीस तर मला मात्र स्वर्ग गवसला असता.'

ह्याच वेळेला कोणाची तरी चाहूल लागली. पार्वती हळूहळू पाण्यात उतरली. देवदास तिथून निघून गेला. पार्वती घरी आली तेव्हा खूप उशीर झाला होता. तिच्याकडे न पाहताच आजीनं विचारलं, 'पोरी, तळं खोदून पाणी आणलंस वाटतं!' पण तिच्याकडे लक्ष जाताच तिचे शब्द ओठातच राह्यले. ती किंचाळली, 'अयाई ग! हे काय झालं ग पोरी?'

जखमेतून अजूनही रक्त वाहतच होते. डोक्याला बांधलेली पट्टी रक्तानं भिजली होती. आजी रडकुंडीला येऊन म्हणाली, 'काय झालं ग पोरी? अग, लग्न आहे तुझं अन्–'

पार्वतीनं शांतपणे कळशी ठेवली. आईही हे पाहून घाबरली. 'काय झालं ग, पारू?'

पारू सहजपणे सांगायला लागली, 'घाटावर पाय घसरून पडले. दगड लागला डोक्याला.'

मग सर्वजण मलमपट्टी करण्यात गुंतले. देवदास म्हणाला ते खरं होतं. जखम फार मोठी नव्हती. चार-पाच दिवसांतच खपली धरली. असेच आणखी आठ-दहा दिवस उलटले. मग एका रात्री हातीपोत्याचे जमीनदार श्रीयुत भुवनमोहन चौधरी नवरदेव बनून लग्नाला आले. लग्नाचा फारसा डामडौल नव्हता. धामधूमही नव्हती. भुवनबाबू सुज्ञ होते. प्रौढ होते. त्यांचं दुसरं लग्न होतं. पोरकटपणा त्यांना मानवणारा नव्हता.

नवरदेवांचं वय चाळीसच्या वरच होतं. रंग गोरा, देह बाळसेदार, पुढच्या बाजूला टक्कल, काळ्या-पांढऱ्या मिशा. त्यांना पाहून कोणी हसले, कोणी गप्प बसले. शांत, गंभीर भुवनबाबू अपराध्यासारखे मांडवात येऊन उभे राहिले. 'कान पिळणे' वगैरे प्रकार झाले नाहीत कारण एवढ्या मोठ्या माणसाच्या कानाला हात लावणार कोण? 'शुभदृष्टी'च्या वेळेला पार्वतीनं जरा डोळे मोठे करून पाह्यलं. तिच्या ओठांच्या कोपऱ्यात हसू होतं. भुवनबाबूंनी एखाद्या पोरसवद्या नवरदेवाप्रमाणे नजर खाली फिरवली. जमलेल्या पोरींच्यात खसखस पिकली. चक्रवर्तीमहाशयांची धावपळ चालली होती. जावई प्रौढ आणि बडे होते त्यामुळे ते गोंधळले होते. वधूपक्षाची सूत्रं नारायण मुखोपाध्यायांकडे होती. जमीनदारबाबू ह्या कार्याचे उत्सवमूर्ती होते. त्यांना दांडगा अनुभव होता. त्यामुळे कार्य उत्तमरीतीनं पार पडलं. कुठं काही कमी पडलं नाही.

दुसऱ्या दिवशी सकाळी चौधरीमोशाईंनी एक दागिन्यांची पेटी पार्वतीला दिली. पार्वतीला दागिन्यांनी मढलेली पाहून पार्वतीच्या आईचे डोळे भरून आले. शेजारी जमीनदारीणबाई उभ्या होत्या. त्यांनी लटक्या रागानं दटावलं, 'आज डोळ्यात

पाणी आणून अपशकुन करायचा नसतो, दीदी!'

सरत्या दुपारी मनोरमेनं पार्वतीला एका खोलीत ओढून नेलं. त्या दोघींशिवाय तिथं कोणीच नव्हतं. मग आशीर्वाद देत ती म्हणाली, 'पारू, जे होतं ते चांगल्याचसाठी होतं बघ! आता अगदी सुखात राहशील तू!'

पार्वतीनं हसल्यासारखं केलं. 'तशी तर राहीनच. काल यमाबरोबर थोडी ओळख झालीच आहे.'

'हे काय ग बोलणं!'

'वेळ आल्यावर कळेलच.'

मनोरमेनं विषय बदलला. म्हणाली, 'ही सोन्याची पुतळी एकदा देवदासला दाखवावी, असं वाटतंय.'

पार्वती जणू भानावर आली. 'खरंच आणशील का, दीदी त्याला?'

तिचा स्वर असा होता की मनोरमेच्या अंगावर काटा उभा राहिला. 'कशाला ग, पारू?'

पार्वती हातांतल्या बांगड्यांशी खेळत खेळत खिन्नपणे म्हणाली, 'एकदा त्याच्या पायाची धूळ घेतली असती. आज मी जाणार ना!'

मनोरमेनं पार्वतीला छातीशी धरलं. दोघींच्याही डोळ्यांना धारा लागल्या होत्या. संध्याकाळ झाली होती. खोलीत काळोख पसरला होता. आजीनं दार ठोठावलं, 'पारू, मनो, दोघी बाहेर या बघू!'

त्याच रात्री पार्वती तिच्या सासरी गेली.

◆

९

आणि देवदास? ती रात्र त्यानं कलकत्त्याच्या ईडन गार्डनच्या एका बाकावर झोपून काढली. त्याला खूप त्रास होत होता, दुःखानं हृदयाला भोकं पडली होती असं नाही. पण एक थंड अलिप्तपणा हळूहळू त्याच्या मनात प्रवेश करत होता. झोपेत अचानक अर्धांगवायूचा झटका येऊन शरीराचा एखादा अवयव लुळा पडावा आणि जाग आल्यावर तो अवयव आपल्या नियंत्रणाखाली नसल्याचं लक्षात यावं. जन्मापासूनच्या ह्या साथीदारानं असं का करावं, असा विचार करता करता पूर्ण जाग आल्यावर 'तो आता आपला राह्यलेला नाही, आपल्याच शरीराचा भाग असूनही त्याच्यावर आपला ताबा नाही,' हे हळूहळू समजावं, तसंच देवदासचं झालं. त्याच्या जीवनाला एक झटका बसलाय आणि आता जी ताटातूट झालीय त्याबद्दल उगाच राग धरून काही उपयोग होणार नाही, पहिल्या अधिकाराचा विचार करणंही चूक आहे, हे त्याला समजून चुकलं. रात्र सरली.

दिवस उजाडला. देवदास उठला. कुठं जावं? अचानक त्याला त्याच्या जुन्या जागेची आठवण झाली. तिथं चुनीलाल होता. देवदास चालायला लागला. रस्त्यात एकदा-दोनदा ठेचकाळला. अंगठा रक्तबंबाळ झाला. एकदा झोक जाऊन एका माणसाच्या अंगावर पडला. दारूड्या समजून त्यानं त्याला ढकललं. असा भरकटत भरकटत संध्याकाळच्या सुमारास तो मेसमध्ये आला. चुनीलाल तेव्हा चांगला पोशाख करून बाहेर पडण्याच्याच तयारीत होता. 'हे काय! देवदास तू?'

देवदास नुसता बघत राहिला.

'कधी आलास रे? आणि तोंड पार सुकलंय तुझं! आंघोळ, जेवण काही झालेलं दिसत नाही. अरे! अरे!' देवदास दारातच बसला. चुनीलालनं त्याला हात धरून आत आणलं. आपल्या बिछान्यावर बसवलं. शांत केलं आणि विचारलं, 'काय झालं, देवदास?'

'काल घरून आलो.'

'काल आलास? मग आज दिवसभर होतास कुठं? आणि रात्री राहिलास कुठं?'

'ईडन गार्डनमध्ये.'

'वेडा की काय तू! काय झालं? सांग बघू.'

'सांगून काय उपयोग?'

'बरं राहू दे. आता आधी काही खा. तुझं सामान कुठं आहे?'

'मी काही आणलंच नाही.'

'असू दे. आधी खा बघू.' चुनीलालनं बळेबळेच त्याला थोडं खायला घातलं आणि मग त्याला आपल्या बिछान्यावर झोपवून तो बाहेर पडला. दार लोटून घेताना त्यानं बजावलं, 'जरा झोप काढ. मी आल्यावर तुला उठवेन.'

रात्री दहाच्या सुमारास चुनीलाल परत आला तेव्हा देवदासला गाढ झोप लागली होती. त्यानं देवदासला उठवलं नाही. खाली सतरंजी पसरून तो झोपून गेला. देवदासला जाग आली ती एकदम सकाळी दहा वाजता. उठून बसत त्यानं विचारलं, 'चुनीबाबू, कधी आलात?'

'हा आताच येतोय.'

'माझ्यामुळे तुमची गैरसोय तर झाली नाही ना?'

'अजिबात नाही.'

देवदासनं काही वेळ त्याच्याकडे निरखून पाह्यलं आणि मग अचानक विचारलं, 'चुनीबाबू, माझ्याजवळ काहीच नाही. तुम्ही मला सांभाळाल का?'

चुनीलालला हसू आलं. देवदासचे वडील खूप श्रीमंत आहेत हे त्याला माहीत होतं म्हणूनच तर त्याला हसू आलं. 'तुला सांभाळू! ठीक आहे. तुला पाहिजे तितक्या दिवस राहा. काही काळजी करण्याचं कारण नाही.'

'चुनीलाल, तुमची मिळकत किती?'

'भाई, माझी मिळकत फारशी नाही. घरचा जो काही पैसाअडका आहे तो दादाजवळ ठेव म्हणून ठेवून मी इथं राहतो. तो मला दर महिन्याला सत्तर रुपये पाठवतो. त्यात आपल्या दोघांचं व्यवस्थित चालेल.'

'तुम्ही कधीच घरी का जात नाही?'

'ती फार मोठी कथा आहे.' देवदासची नजर चुकवत चुनीलालनं उत्तर दिलं.

देवदासनं पुढे काही विचारलं नाही. काही वेळानं जेवणाचं बोलावणं आलं. मग आंघोळ, जेवण आटपून दोघं पुन्हा खोलीत आले. चुनीलालनं विचारलं, 'वडलांबरोबर भांडण झालं का देवदास?'

'नाही.'

'मग आणखी कोणाबरोबर?'

देवदासनं पुन्हा 'नाही' म्हणून उत्तर दिलं.

मग चुनीलालच्या लक्षात स्वत:ची चूक आली. 'अरे हो! तुझं लग्नच झालं नाहीना अजून.'

देवदासनं कूस बदलली आणि चुनीलालकडे पाठ करून तो झोपून गेला. असे आणखी दोन दिवस गेले. तिसऱ्या दिवशी देवदास बराचसा सावरला. काळवंडलेला चेहरा बराच उजळला होता. चुनीलालनं विचारलं, 'आज कसं वाटतंय?'

'बरंच बरं वाटतंय. चुनीबाबू, रात्री कुठं जाता तुम्ही?'

चुनीलालला आज मात्र शरम वाटली. 'हो. जातो मी. पण का विचारतोस तू?'

'आता तुम्ही पुन्हा कॉलेजला जाणार नाही?'

'नाही. शिक्षण सोडून दिलंय.'

'छे! असं कसं! दोन-एक महिन्यानंतर तुमची परीक्षा आहे. अभ्यासही बरा झालाय. मग ह्या वेळी परीक्षा का देत नाही?'

'नाही. शिक्षण सोडूनच दिलंय.'

चुनीलाल पुढे काही बोलला नाही. देवदासनं पुन्हा विचारलं, 'कुठं जाता ते सांगणार नाही? मीही येईन तुमच्याबरोबर.'

'मी चांगल्या ठिकाणी जात नाही, देवदास!'

देवदास जणू स्वत:शीच बोलला, 'चांगलं अन् वाईट! छट्! चुनीबाबू, मला तुमच्याबरोबर नेणार नाही का?'

'मी नेईन. पण तूच येणार नाहीस.'

'नाही. मी येणारच. जर आवडलं नाही तर पुन्हा जाणार नाही. पण तुम्ही तर सुखाच्या आशेनं रोजच तिकडे–ते काहीही असो, चुनीबाबू, मी नक्की येणार तुमच्याबरोबर.'

चुनीलाल तोंड फिरवून हळूच हसला. मनात म्हणाला, 'नशीब माझं!' पण देवदासला म्हणाला, 'ठीक आहे. चल तू.'

दुपारी सामानसुमान घेऊन धर्मदास हजर झाला. देवदासला पाहून त्याला रडूच कोसळलं. 'देवता, आज तीन-चार दिवस आईंच्या डोळ्यांना धारा लागल्यात–'

'का रे?'

'काही न सांगतासवरता अचानक निघून का आलात?' मग खिशातून एक चिठ्ठी काढून देवदासला देत म्हणाला, 'आईंनी दिलीय.'

चुनीलालला आतली बातमी ऐकायची होती. तो उत्सुकतेनं वाट पाहत उभा राहिला. देवदासनं पत्र वाचून बाजूला ठेवलं. आईनं घरी परत फिरण्याबद्दल लिहिलं होतं. देवदास अचानक निघून का गेला, ह्याचा अंदाज घरात फक्त तिलाच होता. चोरून धर्मदासकरवी तिनं बरेच पैसेही पाठवले होते. ते पैसे देवदासच्या हातात देत धर्मदास म्हणाला, 'देवता,घरी चला.'

'मी येणार नाही. तू परत जा.'

रात्री देवदास आणि चुनीलाल जामानिमा करून बाहेर पडले. देवदासला छानछोकीचा शौक नव्हता. पण चुनीलालच्या पुढे त्याचं काही चाललं नाही. रात्री साधारण नऊच्या सुमारास एक भाड्याची घोडागाडी चितपूरच्या एका दुमजली घरासमोर येऊन थांबली. चुनीलाल देवदासचा हात धरून आत शिरला. त्या घराच्या

मालकिणीचं नाव होतं चंद्रमुखी. तिनं पुढे होऊन दोघांचं स्वागत केलं. त्याच क्षणी देवदासाच्या मनात आगीचा डोंब उसळला. गेले कित्येक दिवस देवदास स्वत:च्याही नकळत स्त्रीच्या सावलीचाही तिरस्कार करत होता. ह्याची त्याला कल्पनाही नव्हती. पण चंद्रमुखीला पाहताच आतला राग उफाळून बाहेर आला. कपाळाला आठ्या घालत त्यानं चुनीलालला विचारलं, 'चुनीबाबू, कुठल्या भिकार जागी आणलंत मला?' त्याचं संतापून बोलणं आणि रागीट नजर ह्यामुळे चंद्रमुखी आणि चुनीलाल दोघंही गोंधळून गेले. पण चुनीलालनं स्वत:ला सावरलं आणि अतिशय खालच्या आवाजात म्हणाला,

'चल! चल! वर जाऊन बसू या.'

देवदास आणखी काही बोलला नाही. बैठकीवर खाली मान घालून बसून राहिला. चंद्रमुखीही चूपचाप बसली होती. बटकीनं रूप्यानं मढवलेल्या हुक्क्यात तंबाखू भरून आणून तो समोर ठेवला. देवदासनं त्याला हातसुद्धा लावला नाही. चुनीलालसुद्धा लांब चेहरा करून बसून राहिला. बटकीला काय करावं ते कळेना. तिनं तो हुक्का चंद्रमुखीच्या हातात दिला. तिनं तो एक-दोन वेळा ओढताच तिच्याकडे रोखून पाहत देवदास म्हणाला, 'शी! काय हे असभ्य वागणं! किती घाणेरडं दिसतंय!'

ह्या पूर्वी चंद्रमुखीवर कोणीच कधी मात केली नव्हती. तिला पराभूत करणं महाकठीण होतं. पण देवदासाचं स्पष्ट आणि सडेतोड बोलणं तिच्या काळजाला भिडलं. नंतर एक-दोन वेळा हळूच गुडगुड आवाज झाला पण तिनं तोंडातून धूर बाहेर सोडला नाही. शेवटी तिनं हुक्का चुनीलालच्या हातात दिला आणि देवदासकडे नजर टाकून ती गप्प बसून राह्यली. तिघंही मुकाट्याने बसले होते. मधूनच गुडगुड असा हुक्क्याचा आवाज होत होता. पण तोही भीतभीत. तीन मित्रांत एखाद्या क्षुल्लक कारणावरून वाद व्हावा आणि मग प्रत्येकानं धुसफुसत मनातल्या मनात म्हणावं, 'हे झालं कसं असं?' तसाच हा आताचा प्रसंग होता.

तिघंही बेचैन झाले होते, अस्वस्थ झाले होते. चुनीलालला दुसरं काही सुचलं नाही म्हणून तो खाली निघून गेला. उरले दोघेजण... चंद्रमुखी आणि देवदास. देवदासनं अचानक विचारलं, 'पैसे घेतेस ना तू?'

चंद्रमुखीनं लगेच उत्तर दिलं नाही. ती चोवीस वर्षांची होती. गेल्या नऊ-दहा वर्षांत तऱ्हेतऱ्हेच्या माणसांशी तिची जवळून ओळख झाली होती. पण असा विचित्र माणूस तिला आतापर्यंत भेटला नव्हता. जरा बिचकतच ती म्हणाली, 'आपण पायधूळ झाडलीत...'

तिला पुढे बोलू न देताच देवदास म्हणाला, 'पायधुळीचं राहू दे, पैसे घेतेस ना?'

‘घेते की! नाहीतर आमचं चालणार कसं?’

‘थांब! जास्त बोलायचं कारण नाही.’ त्यानं पाकिटातून नोट काढून तिच्या हातावर ठेवली आणि चालायला लागला. त्यानं पुन्हा मागे वळूनसुद्धा पाह्यलं नाही. आपण किती पैसे दिले हेही पाह्यलं नाही.

चंद्रमुखीनं अदबीनं विचारलं, ‘इतक्यात निघालात?’

देवदासनं उत्तर दिलं नाही. तो व्हरांड्यात येऊन उभा राहिला. पैसे परत करावेत, असं चंद्रमुखीच्या एकदा मनात आलं पण संकोच वाटल्यामुळे किंवा देवदासची भीती वाटल्यामुळे तिनं तो विचार बदलला. शिवाय हेटाळणी, पाणउतारा, अपमान सहन करण्याची तिला सवय झाली होती. काही न बोलता दारात ती उभी राहिली. देवदास जिना उतरून खाली गेला. जिन्याच्या खालच्या पायरीवर त्याला चुनीलाल भेटला. चुनीलालनं अचंब्यानं विचारलं, ‘देवदास, कुठं निघालास?’

‘घरी.’

‘का रे?’

देवदास थांबला नाही. ‘थांब! मीही येतो.’

देवदास मागे फिरला आणि त्याचा हात धरत म्हणाला, ‘चला.’

‘जरा थांब. एकदा वर जाऊन येतो.’

‘नाही. मग मी जातो. तुम्ही नंतर या.’ असं म्हणून देवदास चालायला लागला.

चुनीलालनं वर येऊन पाह्यलं तर चंद्रमुखी दारात पुतळ्यासारखी उभी होती. त्याला पाहताच तिनं विचारलं, ‘तुमचा मित्र गेला वाटतं?’

‘हो.’

चंद्रमुखी हातातली नोट दाखवत म्हणाली, ‘हे बघा. तुम्हाला पटत असेल तर हे पैसे तुमच्या मित्राला परत देऊन टाका.’

‘त्यानं स्वतःहून दिलेत. मी कशाला परत नेऊ?’

एवढ्या वेळानंतर चंद्रमुखी जराशी हसली. पण त्या हसण्यात आनंद नव्हता. ती म्हणाली, ‘मनापासून दिले नाहीत. मी पैसे घेते म्हणून रागाने देऊन गेला. चुनीबाबू, तो वेडा आहे का हो?’

‘नाही. मुळीच नाही. पण काही दिवसांपासून त्याचं काहीतरी बिनसलंय.’

‘काय झालंय? काही ठाऊक आहे तुम्हाला?’

‘नाही. पण घरात काहीतरी झालंय.’

‘मग इथं आणलं कशाला?’

‘मी कुठं आणलं? तोच माझ्या मागे लागून आला.’

चंद्रमुखी थक्कच झाली. 'स्वत:हून आला. सगळं ठाऊक असून?'

चुनीलाल जरा विचार करून म्हणाला, 'हो. तसंच. त्याला माहीत आहे. मी काही त्याला फसवून आणलं नाही.'

चंद्रमुखी थोड्या वेळ विचार करून म्हणाली, 'चुनी, माझ्यावर एक उपकार करा.'

'काय?'

'हा तुमचा मित्र राहतो कुठं?'

'माझ्याजवळच.'

'त्याला पुन्हा एकदा घेऊन या.'

'ते शक्य नाही. ह्याआधी कधीही तो अशा ठिकाणी गेला नव्हता आणि पुन्हा येईल असं वाटत नाही. पण तुला तो कशाला यायला पाहिजे इथं?'

चंद्रमुखी खिन्नपणे हसून म्हणाली, 'चुनी, काहीही करून, चुचकारून त्याला एकदा आणाच.'

चुनी हसला. डोळा मारत त्यानं विचारलं, 'त्यानं धमकावलं म्हणून प्रेमात पडलीस की काय त्याच्या?'

चंद्रमुखीलाही हा प्रश्न ऐकून हसू आलं. 'न पाहता नोट देऊन गेला ह्याचा अर्थ समजला नाही?'

चुनी चंद्रमुखीला ओळखत होता. 'पैशाच्या मागे लागणाऱ्यांपैकी तू नाहीस. खरं काय ते सांग.'

'खरंच त्याच्याबद्दल आपुलकी वाटायला लागलीय.'

चुनीलालचा विश्वास बसला नाही. हसून म्हणाला, 'फक्त पाच मिनिटांमध्येच.'

आता चंद्रमुखीही जरा मनमोकळी हसली. 'तसं समजा. मन थाऱ्यावर असताना पुन्हा एकदा घेऊन या.... एकदा पाहीन म्हणते! आणाल ना?'

'कसं सांगू?'

'माझी शपथ!'

'अच्छा! पाहतो.'

◆

१०

पार्वतीच्या पतीचा भलामोठा वाडा होता. नवीन साहेबी फॅशनचा नव्हे, तर जुन्या पद्धतीचा, वडिलोपार्जित. ... सदर, अंतर्गृह, कचेरी, नृत्यमंदिर, अतिथिगृह, देवघर, जामदारखाना असलेला. चौधरीमोशाई बडी आसामी आहे, मोठे जमीनदार आहेत, हे पार्वतीनं ऐकलं होतं. पण एवढं असेल ह्याची तिला कल्पना नव्हती. दासदासी, नोकरचाकर कशाला काही कमी नव्हतं. ते पाहून पार्वतीनं तोंडात बोट घातलं. कमतरता होती ती माणसांची. नातलग, भाऊबंद, सगेसोयरे कोणीच नव्हते. एवढं मोठं अंतर्गृह सुनंसुनं होतं. पार्वती नववधू पण तिला एकदम गृहिणीच व्हावं लागलं. नव्या नवरीचं स्वागत एका वृद्ध आत्याबाईंनी केलं. बाकी घरात बायका म्हणजे दासी, मोलकरणीच होत्या.

कलत्या दुपारी एका देखण्या, विशीतल्या तरुण मुलानं पार्वतीला नमस्कार केला आणि म्हणाला,'मा, मी तुझा मोठा मुलगा.'

पार्वतीनं तोंडावरच्या पदरातून हळूच पाह्यलं. पण काही बोलली नाही. त्यानं पुन्हा तिला नमस्कार केला, 'मा, मी तुझा मोठा मुलगा. नमस्कार करतो.'

आता मात्र पार्वतीनं पदर कपाळापर्यंत सरकवला आणि म्हणाली, 'ये. बाबा बस!'

मुलाचं नाव महेन्द्र. तो काही क्षण पार्वतीच्या तोंडाकडे अवाक होऊन पाहतच राह्यला. मग तिच्याजवळ बसत नम्रपणाने म्हणाला, 'आज दोन वर्षं झाली आमची आई जाऊन. ह्या दोन वर्षांत दु:खाशिवाय काहीच वाट्याला आलं नाही. आज तू आलीस... आशीर्वाद दे मा. आता सुखात दिवस जातील.'

पार्वतीच्या बोलण्यात सहजपणा होता. एकदा गृहिणी झाल्यावर अनेक गोष्टी समजावून घ्याव्या लागतात, पुष्कळ गोष्टी बोलाव्या लागतात. जे लोक पार्वतीला नीट ओळखत नव्हते त्यांचा ह्या गोष्टींवर विश्वास बसणं शक्य नव्हतं. पण जे पार्वतीला चांगलं ओळखत होते त्यांच्या लक्षात आलं होतं की मध्यंतरीच्या काळात वेगवेगळ्या प्रसंगांना तोंड द्यावं लागल्यामुळे पार्वतीच्यात बराच बदल झाला होता. तिच्यात परिपक्वता आली होती. त्याशिवाय उगाचच लाजणं, कारण नसताना संकोचणं पार्वतीच्या स्वभावातच नव्हतं. तिनं महेन्द्रला विचारलं, 'माझी बाकी मुलं कुठं आहेत, बाबा?' महेन्द्र थोडंसं हसल्यासारखं करून म्हणाला, 'सांगतो. तुझी मोठी मुलगी... म्हणजे माझी छोटी बहीण यशोदा तिच्या सासरी आहे. मी पत्र पाठवलं होतं. पण ती येऊ शकली नाही.' पार्वती उदास झाली. तिनं विचारलं,

‘येऊ शकली नाही की मुद्दामच आली नाही?’

महेन्द्र ओशाळून म्हणाला, ‘मला नक्की काय ते माहीत नाही, मा.’

पण त्याच्या चेहऱ्यावरून आणि बोलण्यावरून ती रागावली आहे आणि म्हणूनच आली नाही, हे पार्वतीनं ओळखलं. ‘आणि धाकटा?’ पार्वतीनं विचारलं.

‘तो येईल लवकर. कलकत्त्याला असतो. परीक्षा झाली की येईलच.’

भुवन चौधरी स्वत:च जमीनदारीची सर्व जबाबदारी सांभाळायचे. शिवाय कुलदैवत शाळीग्रामाची पूजा, व्रत-वैकल्यं, उपवास, देवळातल्या आणि धर्मशाळेतील साधू-संन्याशांची सेवा ह्यांत त्यांचा सकाळपासून रात्री दहा-अकरापर्यंतचा वेळ जायचा. नवीन लग्न झालं असूनसुद्धा हर्षउल्हासाचं नाव नव्हतं. रात्री कधी यायचे कधी यायचेही नाहीत. आले तरी फारसं बोलणं व्हायचं नाही. लोडाला टेकून आडवे होत फार तर एवढंच म्हणत, ‘तूच आता घरातली कर्तीसवरती आहेस. पाहून पाहून सगळं समजावून घे. आता सगळं तुझं तुलाच शिकायला आणि सांभाळायला पाहिजे.’ पार्वती मानेनं होकार देत ‘बरं’ म्हणायची.

‘आणि ही मुलं... नाही म्हणजे मी म्हणतो... ही मुलं आता तुझीच.’

पतीचं हे ओशाळवाणं बोलणं ऐकून पार्वतीला हसू यायचं. मग भुवनबाबू हळूच हसून पुढे सांगायला लागायचे. ‘हं! आणि हे बघ, महेन आहे ना... तुझा मोठा मुलगा... बी. ए. झालाय... फार गुणी आहे... प्रेमळ आहे... कोणास ठाऊक... जरा आपुलकी... प्रेम... ’

पार्वती हसू दाबत म्हणायची, ‘मला ठाऊक आहे... तो माझा मोठा मुलगा ना!’

‘ठाऊक असणारच! असा गुणी मुलगा शोधून सापडायचा नाही आणि आमची यशोमती पोरगी नाही ग, पुतळी आहे पुतळी! येईलच ती! न यायला काय झालं? म्हाताऱ्या बापाला भेटायला येणार नाही? ती आली की... ’

पार्वती त्यांच्या जवळ बसून त्यांच्या टकलावर आपला नाजुक हात ठेवत म्हणायची, ‘तुम्ही काळजी करू नका. यशोला आणायला मी कोणाला तरी पाठवेन.... नाहीतर महेनच जाईल.’

‘जाईल! जाईल! खूप दिवसांत पाह्यलं नाही तिला. खरंच पाठवशील तिला आणायला?’

‘पाठवेन म्हणजे पाठवेनच. माझी मुलगी आहे ती. तिला आणायला नको?’

हे ऐकताच म्हाताऱ्या चौधरीमोशाईंना एकदम उत्साह यायचा. ते तटकन् उठून बसायचे. त्यांचं आणि पार्वतीचं नातं विसरून तिच्या डोक्यावर हात ठेवून म्हणायचे, ‘तुझं भलं होईल. मी तुला आशीर्वाद देतो... तू सुखी होशील... देव तुला दीर्घायुष्य देईल.’ मग अचानक आठवणी यायच्या. पुन्हा आडवे होत, डोळे मिटून घेत

मनाशीच पुटपुटत, 'मोठी मुलगी... एकुलती एक... तिचा फार जीव होता.' त्यांच्या डोळ्यांत पाणी यायचं. पार्वती ते हळूच पुसायची. कधी कधी ते तोंडातल्या तोंडात बोलायचे, 'खरंच! सगळे जमले तर किती बरं होईल. पुन्हा हे घर गजबजून जाईल... काय झकास संसार होता... मुलं, मुली, ती... रोजच दिवाळी असायची. अचानक एके दिवशी सगळं संपलं... मुलं गेली कलकत्त्याला... यशोला तिचे सासरे घेऊन गेले... मग अवकळा आली घराला...' पुन्हा त्यांच्या डोळ्यांना धार लागायची. पार्वती कातर स्वरात विचारायची, 'महेनचं लग्न का नाही करून दिलंत?'

'वा! तसं होतं तर सोन्याहून पिवळं झालं असतं. माझ्याही मनात होतं. पण त्याच्या मनात नव्हतं. काही केल्या तयार झाला नाही. म्हणून ह्या वयात... घर खायला उठलं होतं... सगळ्याचीच कळा गेली होती. कुठं प्रकाशाचा पुसटसा कवडसासुद्धा दिसेना. म्हणून तर...'

भुवनबाबूंचं बोलणं ऐकून पार्वतीला वाईट वाटायचं. हसल्यासारखं करून ती उदासपणे म्हणायची, 'तुम्ही म्हातारे झालात तर मीही लवकरच म्हातारी होईन हं! बायकांना म्हातारं व्हायला वेळ लागतो का?'

भुवन चौधरी उठून बसायचे. तिची हनुवटी हातात घेऊन तिला निरखायचे. कलावंत मूर्ती घडवतो, तिला सजवतो. मग सर्व बाजूंनी तिला न्याहळून पाहताना ममतेनं आणि गर्वानं त्याची छाती फुलून येते. भुवनबाबूंची स्थिती अगदी तशीच व्हायची. कधी कधी त्यांच्या तोंडातून निघून जायचं, 'च्य्! च्य्! चूक झाली...'

'काय झालं?'

'वाटतं, तू इथं शोभत नाहीस.'

पार्वती हसून म्हणायची, 'चांगली शोभते मी. न शोभण्यासारखं काय आहे?'

पुन्हा डोळे मिटून घेत भुवनबाबू मनात म्हणत, 'समजतं मला सगळं! पण तुझं कल्याण होईल. देव कृपा करेल तुझ्यावर.'

असं करत करत एक महिना उलटला. मध्ये एकदा चक्रवर्ती महाशय मुलीला घेऊन जायला आले होते. पण पार्वतीच गेली नाही. वडलांना म्हणाली,

'घरचं सगळं सुरळीत झालं की मीच येईन, बाबा!'

चक्रवर्ती महाशय दिसेल न दिसेलसं हसले. मनात म्हणाले, 'बायकांची जात ही अशीच!'

ते गेल्यावर पार्वतीनं महेन्द्रला बोलावून घेतलं. म्हणाली, 'बाबा, माझ्या पोरीला घेऊन ये ना!'

महेन्द्र अळंटळं करायला लागला. काही झालं तरी यशोदा येणार नाही हे त्याला माहीत होतं. 'बाबा गेले तर बरं होईल, मा.'

‘शी! ते बरं दिसेल का? त्यापेक्षा चल आपण मायलेक जाऊ या.’

महेन्द्रनं आश्चर्यानं विचारलं, ‘तू जाणार?’

‘मग त्यात काय झालं? मला काही लाज वाटत नाही. मी गेले आणि यशोदा जर आली... तिचा राग गेला... आपलं जाणं एवढं अवघड आहे का?’

अर्थात दुसऱ्या दिवशी महेन्द्र एकटाच यशोदेला आणायला गेला, हे सांगायला नकोच. त्यानं तिथं काय युक्ती केली कोण जाणे! पण चार दिवसांनी यशोदा माहेरी आली. त्या दिवशी पार्वतीनं अंगभर तऱ्हेतऱ्हेचे नवीन दागिने घातले होते. भुवनबाबूंनी मुद्दाम कलकत्याहून आणले होते. येताना काय बोलायचं ते यशोदेनं ठरवलं होतं. पण नव्या नवरीला पाहून ती अवाक झाली. राग विसरली. फक्त ‘ही?’ एवढाच शब्द तिच्या तोंडातून बाहेर पडला.

पार्वती तिला आत घेऊन गेली आणि पंख्यानं वारा घालता घालता तिनं यशोदाला विचारलं, ‘मा, मुलीवर रागावलीस होय?’

यशोदा लाजेनं लाल झाली. मग एक एक करत अंगावरचे सर्व दागिने पार्वती यशोदेला घालायला लागली. यशोदेनं आश्चर्यानं विचारलं, ‘हे काय?’

‘काही नाही ग! फक्त तुझ्या मुलीची हौस.’

दागिने यशोदेला आवडले. तिच्या ओठांवर हसू उमटलं. तिला सर्व दागिने घालून झाल्यावर पार्वतीनं विचारलं, ‘मा, मुलीवर रागावलीस?’

‘नाही. नाही. राग कसला?’

‘अग, रागवायचं कशाला? हे तर तुझं माहेर! भला मोठा हा वाडा! त्यात दासदासी भरपूर नकोत का? मीही एक दासीच आहे ग! मा, दासीवर रागावणं शोभतं का तुला?’

यशोदा वयानं मोठी होती. पण अजून तिला बोलण्याचं कसब जमलं नव्हतं. ती अगदी रडकुंडीला आली. वारा घालता घालता पार्वती पुढे म्हणाली, ‘गरीबाघरची लेक आहे मी. तुमच्या कृपेमुळेच इथं आश्रय मिळालाय. कितीतरी दीनदुबळ्या, दुःखीकष्टी लोकांना तुमच्या घरात आसरा मिळालाय. मी त्यातलीच एक आहे. मा, जो आसरा... ’

यशोदा कावरीबावरी झाली होती. आता न राहून ती पटकन् पार्वतीच्या पायाशी वाकली.

‘तुझ्या पाया पडते, मा... ’

पार्वतीनं तिचे हात धरून ठेवले.

यशोदा म्हणाली, ‘मा, अपराध पोटात घाल.’

दुसऱ्या दिवशी महेन्द्रनं यशोदेला एका बाजूला घेऊन विचारलं, ‘काय ग, राग गेला का?’

यशोदेनं पटकन् आपल्या दादाचे पाय धरले. 'शी! रागाच्या भरात मी वाटेल ते बोलले... ए, कुणाला सांगू नकोस हं!... कुणाला सम्जता कामा नये.'

महेन्द्र हसायला लागला. यशोदेनं विचारलं, 'दादा, सावत्र आई एवढं प्रेम करू शकते?'

एक-दोन दिवसांनी यशोदा तिच्या वडलांना म्हणाली, 'बाबा, तिकडे पत्र लिहाना! मी इथं एक-दोन महिने राह्यचं म्हणतेय.'

भुवनबाबूंनी आश्चर्यानं विचारलं, 'का ग, पोरी?'

यशोदा हसत लाजत म्हणाली, 'माझी तब्येत जरा बरी नाही. थोडे दिवस छोट्या माजवळ राहीन.'

आनंदानं म्हाताऱ्याच्या डोळ्यांत पाणी आलं. संध्याकाळी ते पार्वतीला म्हणाले, 'तू माझी अब्रू राखलीस. आयुष्यमान हो! सुखी हो!'

'असं का म्हणता?'

'ते मला नाही सांगता येणार. नारायणा! केवढ्या मोठ्या पेचातून सोडवलंस मला तू!'

अंधारात पतीच्या डोळ्यातलं पाणी पार्वतीला दिसलं नाही आणि भुवनबाबूंचा धाकटा मुलगा... विनोदलाल... परीक्षा देऊन गावी आला तो पुन्हा कलकत्त्याला गेलाच नाही.

◆

११

त्या प्रसंगानंतर दोन-तीन दिवस देवदास वेड्यासारखा इकडे तिकडे फिरत राह्यला. धर्मदास काही सांगायला गेला तर डोळे वटारून त्यानं त्याला दम दिला. देवदासचा हा रागरंग पाहून चुनीलाललाही त्याच्याशी बोलायचं धाडस झालं नाही. धर्मदासनं डोळे पुसत विचारलं, 'चुनीबाबू, असं कसं झालं हो?'

चुनीलालनं धर्मदासलाच उलट प्रश्न केला, 'ह्याला काय झालंय, धर्मदास?'

एक आंधळा दुसऱ्या आंधळ्याला वाट पुसत होता. आतली गोष्ट दोघांपैकी कोणालाच माहीत नव्हती. डोळे पुसत धर्मदास म्हणाला, 'चुनीबाबू, कसंही करून देवतांना त्यांच्या आईकडे पाठवा. जर ते शिकणार नसतील तर इथं राहून उपयोग काय?'

धर्मदासचं म्हणणं अगदी बरोबर होतं. चुनीलाल विचारात पडला. चार-पाच दिवसानंतर चुनीबाबू नेहमीप्रमाणे संध्याकाळचे बाहेर पडण्याच्या तयारीत असताना देवदासनं त्याला विचारलं, 'चुनीबाबू, तिकडे निघालात?'

चुनीलाल चाचरत म्हणाला, 'हो. नाही म्हणजे तू म्हणत असशील तर नाही जाणार.'

'नाही. तुम्हाला जायला नाही म्हणत नाही पण एक सांगा कुठल्या आशेनं जाता तिथं?'

'आशा? कसली आशा? असाच वेळ घालवायला जातो.'

'वेळ जातो? माझा तर वेळ जाता जात नाही. मलाही वेळ घालवायचाय.'

चुनीलाल देवदासकडे एकटक पाहत राह्यला. बहुधा तो त्याच्या चेहऱ्यावरील भावावरून त्याच्या मनाचा अंदाज घेत असावा. मग त्यानं सरळ विचारलं, 'देवदास, तुला झालंय तरी काय? सरळ सगळं सांग बघू!'

'काहीही झालं नाही.'

चुनीलालनं बराच वेळ खाली मान घालून विचार केला आणि म्हणाला, 'देवदास, माझं एक ऐकशील?'

'काय?'

'तुला तिथं एकदा यायला हवं. मी शब्द दिलाय.'

'त्या दिवशी जिथं गेलो होतो तिथं?'

'हो.'

'शी! मला नाही आवडत!'

'तुला जे आवडेल ते होईल. मी व्यवस्था करीन.'

देवदास गांगरल्यासारखा गप्प बसला. मग थोड्या वेळानं म्हणाला, 'अच्छा! चला. जाऊ या.'

चुनीलालनं देवदासला अवनतीच्या मार्गावर एक पाऊल टाकायला लावलं आणि स्वत: बाजूला झाला. चंद्रमुखीच्या घरी देवदास पीत बसला होता. चंद्रमुखी बाजूला बसली होती. ती उदास आणि घाबरलेली दिसत होती. भीत भीत ती म्हणाली, 'देवदास, हल्लीच प्यायला सुरवात केली आहे तेव्हा आता पुरे.'

देवदासनं ग्लास खाली ठेवला आणि कपाळाला आठ्या घालत विचारलं, 'का?'

'जास्त सहन होणार नाही म्हणून म्हणते.'

'सहन करण्यासाठी पीत नाही मी. इथं बसून राहण्यासाठी म्हणून पितो.'

हे चंद्रमुखीनं पुष्कळ वेळा ऐकलं होतं. एकेकदा तिला भिंतीवर डोकं आपटून जीव द्यावासा वाटायचा. देवदासवर तिचा जीव जडला होता. देवदासनं दारूचा ग्लास भिरकावला. कोचाच्या पायावर आपटून त्याचा चक्काचूर झाला. मग लोडाला टेकून आडवं होत जडावलेल्या आवाजात तो म्हणाला, 'मला उठता येत... नाही म्हणून... इथंच बसतो... शुद्ध नाही... म्हणून तुझ्याकडे बघत राहतो... आणि बोलत राहतो... चंदर... जरी शुद्ध... हरपली नाही... शुद्धीवर आहे ना... तुला स्पर्श करू शकत नाही... मला खूप उबग... येतो.'

डोळे पुसत चंद्रमुखी म्हणाली, 'देवदास, इथं इतके लोक येतात पण कोणीही दारूला शिवतसुद्धा नाही.'

देवदास डोळे विस्फारून उठून बसला. कसाबसा तोल सांभाळत हात दोन्ही बाजूला पसरत म्हणाला, 'स्पर्शही करत नाहीत? माझ्याजवळ बंदूक असती तर त्यांना गोळ्याच घातल्या असत्या. चंद्रमुखी, अग! ते माझ्यापेक्षाही जास्त पापी आहेत!'

मग थोडा वेळ विचार करून तो म्हणाला, 'जर मी दारू सोडली... सोडणार नाहीच... पण सोडलीच तर पुन्हा कधीही इथं येणार नाही. मला मार्ग आहेत पण तिचं कसं होईल?' पुन्हा थोड्या वेळ तो गप्प बसला. पुन्हा त्याची बडबड सुरू झाली.

'फार दु:खात... दारू प्यायला लागलो... माझ्या दु:खातला साथी... संकटातला जोडीदार... आता मी तुला सोडणार नाही...'

देवदास उशीवर डोकं आपटायला लागला. चंद्रमुखीनं त्याला सावरायचा प्रयत्न करताच देवदास तिला झिडकारत म्हणाला, 'छी! स्पर्श करू नकोस... अजून मी शुद्धीवर आहे... चंद्रमुखी तुला माहीत नाही, पण मला माहीत आहे ना...

मी तुझा राग करतो... मला तुझा तिटकारा वाटतो. मला नेहमीच तुझा तिटकारा वाटेल... तरी येईन... बसेन... बोलेन... त्याशिवाय इलाज नाही. तुम्हाला कोणाला काही समजतेय का... हाऽ हाऽऽ लोक अंधारात पाप करतात. मी इथं झिंगत पडतो. ह्यापेक्षा योग्य जागा दुसरी कोणती? अं? आणि तुम्ही... '

देवदासनं काही क्षणापुरती नजर स्थिर करून तिच्या खिन्न चेहऱ्याकडे पाह्यलं.

'छे! सहनशीलतेची मूर्ती आहेस तू! राग, कष्ट, अपमान, अत्याचार, छळ... बायकांना किती सहन करावं लागतं... तू त्याचं प्रतीक आहेस.'

देवदास पुन्हा धुंदीत आडवा झाला आणि पुटपुटायला लागला, 'चंद्रमुखी म्हणते की ती माझ्यावर प्रेम करते... मला ते नकोय... अजिबात नकोय... मुळीच नको... लोक नाटक करतात... तोंड रंगवतात... चोर होतात, भिक्षा मागतात... राजा होतात... राणी होतात... प्रेम करतात ... प्रेमाच्या गोष्टी करतात, रडतात... जणू सगळं खरंच! चंद्रमुखी माझ्याशी नाटक करते... मी पाहतो... पण तिची आठवण येते... क्षणात सगळं घडून गेलं... ती एका मार्गानं गेली... आणि मी कुठं येऊन पोहोचलो... आता आयुष्यभर एक मस्त नाटक... अभिनय... एक पक्का दारूड्या... आणि हाच एक... असू दे... असू दे... त्यात वाईट काय?... आशा नाही, विश्वास नाही... सुख नाही, इच्छा नाही... वा! बहुत अच्छा!...'

त्यानंतर देवदास कुशीवर होऊन तोंडातल्या तोंडात काहीतरी पुटपुटला. चंद्रमुखीला ते समजलं नाही. थोड्या वेळानं त्याला झोप लागली. त्याला गाढ झोप लागल्याची खात्री पटल्यावर चंद्रमुखीनं पदरानं त्याचं तोंड पुसलं, ओली झालेली उशी बदलली. मान खाली घालून ती बराच वेळ वारा घालत राहिली. रात्रीचा एक वाजला असावा. दिवा घालवून, दार हळूच लोटून ती दुसऱ्या खोलीत निघून गेली.

◆

१२

नारायण मुखोपाध्यायांचे दोन्ही मुलगे– द्विजदास व देवदास– आणि गावकरी नारायणबाबूंचं अंतिम क्रियाकर्म करून घरी परतले. द्विजदास मोठमोठ्यानं रडत होता, वेड्यासारखं करत होता, पाचजणांना तो आवरत नव्हता. देवदास मात्र शांतपणे एका खांबाला टेकून बसला होता. तो बोलत नव्हता, त्याच्या डोळ्याला पाणी नव्हतं. कोणी त्याला धरत नव्हतं, धीर देत नव्हतं. मधुसूदन घोष त्याच्या जवळ जाऊन 'बाबा, नशिबा...' असं काही बोलायला लागताच द्विजदासकडे बोट दाखवत देवदास म्हणाला, 'सगळं तिकडे.'

घोष महाशय गडबडले, 'हो! हो! केवढा मोठा माणूस...' असं काहीतरी बडबडत निघून गेले. दुसरं कोणी देवदासकडे फिरकलं नाही.

दुपारनंतर देवदास आईच्या पायाशी जाऊन बसला. ती अर्धवट शुद्धीत होती. तिच्याभोवती बायकांनी गर्दी केली होती. पार्वतीची आजीही होती. भरल्या गळ्यानं ती म्हणाली, 'सूनबाई, डोळे उघड बाई! पाहा तर! देवदास आलाय.'

'आई!' देवदासनं हाक मारली.

आईनं एकदाच डोळे उघडून त्याच्याकडे पाह्यलं. 'बाबा!' पुढे ती एकही शब्द बोलू शकली नाही. तिचे डोळे गळायला लागले. बाकीच्या बायकाही रडायला लागल्या. देवदास हातांनी तोंड झाकून आईच्या पायाशी थोडा वेळ बसला आणि मग हळूच उठून गेला.

तो वडलांच्या खोलीत आला. डोळे कोरडे, गंभीर, शांत चेहरा, लाल डोळे, नजर वर लागलेली अशा अवस्थेत तो जमिनीवरच बसला. त्याचा अवतार भीतिदायक होता. कपाळावरच्या दोन्ही बाजूच्या शिरा टरटरून फुगल्या होत्या. केस पिंजारले होते. शुद्ध सोन्यासारखा सुरेख रंग काळवंडला होता. –कलकत्त्यात शरीरावर केलेले पराकोटीचे अत्याचार, जागरणं आणि वडलांचा मृत्यू. ह्या सर्व गोष्टींचा परिणाम होता हा. ज्यांनी त्याला वर्षापूर्वी पाह्यलं होतं ते आता त्याला ओळखणंसुद्धा शक्य नव्हतं. पार्वतीची आई त्याला शोधत तिथं आली. दार ढकलून आत येत तिनं त्याला हाक मारली.

'काय काकी?'

'असं करून चालणार नाही, बाबा!'

देवदासनं तिच्याकडे पाहत विचारलं, 'काय केलं काकी?'

काकीला सर्व समजलं. तिनं त्याला उत्तर दिलं नाही. त्याचं डोकं मांडीवर घेत

ती म्हणाली, 'देवता! बाबा!'

'काय काकी?'

'देवता रीत... कर्तव्य... बाबा...'

तिनं छातीशी धरताच त्याच्या डोळ्यातून पाणी वाहायला लागलं.

घरात कोणी गेलं, कितीही दु:ख झालं तरी दिवस काही कोणासाठी थांबत नाही. दुसरा दिवस उजाडला. आता रडारड जवळ जवळ थांबली होती. भाऊ बऱ्यापैकी सावरला होता. आईही उठली होती. डोळे पुसत पुसत का होईना सगळे कामाला लागले होते. आणखी दोन दिवसांनी द्विजदासनं देवदासला विचारलं, 'देवदास, बाबांच्या दिवसासाठी किती खर्च करावा?'

'तुला योग्य वाटेल तेवढा.'

'नाही बाबा, आता फक्त माझ्या मताप्रमाणे सर्व काही करता येणार नाही. तू मोठा झाला आहेस. तुझा विचार घ्यायलाच हवा.'

'रोकड किती आहे?'

'बाबांच्या तिजोरीत दीड लाख आहेत. मला वाटतं दहा-एक हजार खर्च करावेत. ते पुरेसे आहेत. तुझं काय म्हणणं आहे?'

'मला किती मिळतील त्यातले?'

द्विजदास जरा काचकूच करत म्हणाला, 'तुला त्यातले अर्धे मिळतील. दहा हजार खर्च झाले तर तुला सत्तर आणि मला सत्तर मिळतील.'

'आणि आईचं काय?'

'आईला रोख पैसा काय करायचाय? ती तर ह्या घरची गृहिणी आहे. आपण तिला सांभाळू.'

देवदासनं थोडा विचार केला. 'मला वाटतं तुझे पाच हजार आणि माझे पंचवीस हजार बाबांच्या दिवसासाठी खर्च करावेत. माझ्या वाट्याचे बाकी राहतील पन्नास हजार. त्यातले मला पंचवीस हजार आणि पंचवीस हजार आईच्या नावावर जमा करायचे. ठीक आहे?'

द्विजदास जरा ओशाळला पण लगेच म्हणाला, 'चालेल! माझं म्हणशील तर... नाही म्हणजे पोरंबाळं आहेत... संसार आहे. त्यांच्या लग्नमुंजीचा खर्च आहे. तेव्हा तू म्हणतोस तेच ठीक!' मग जरा थांबून म्हणाला, 'नाही म्हणजे... लिहून दिलंस...'

'लिखापढी कशाला? बरं दिसणार नाही ते! माझ्या मते पैशाअडक्याच्या गोष्टी सध्या आपल्या आपल्यातच राहिलेल्या बऱ्या.'

'ते खरं आहे. पण कोणी सांगावं...'

'ठीक आहे. मी लिहून देतो.'

त्याच दिवशी देवदासनं म्हटल्याप्रमाणे लिहून दिलं.

दुसऱ्या दिवशी देवदास खाली उतरत असताना जिन्याखाली त्याला पार्वती दिसली. तिला पाहताच तो थबकलाच. पार्वती त्याच्याकडेच पाहत होती. त्याच्यात झालेला बदल तिच्या लक्षात आल्यावाचून राह्यला नव्हता. देवदास तिच्या जवळ आला आणि गंभीरपणे त्यानं विचारलं, 'कधी आलीस पार्वती?'

तोच आवाज! तीन वर्षांनंतर आज भेट होत होती. मान खाली घालून पार्वतीनं उत्तर दिलं, 'आज सकाळीच आले.'

'पुष्कळ दिवसांत भेट नाही. तुझं ठीक चाललंय ना?'

पार्वतीनं मानेनंच होकार दिला.

'चौधरीमोशाई बरे आहेत? आणि मुलं?'

'सगळे बरे आहेत.' पार्वतीनं पुन्हा मान वर करून त्याच्याकडे पाह्यलं. पण 'तू कसा आहेस? काय करतोस?' असं एकदाही विचारलं नाही. असं विचारणं तिला रास्त वाटलं नाही.

मग देवदासनं विचारलं, 'आता काही दिवस राहणार आहेस ना?'

'हो.'

'बाकी काय?' असं म्हणून देवदासच बाहेर निघून गेला.

दिवस झाले. त्याबद्दल सांगायचं तर एक मोठी कथाच होईल. पण इथं त्याची आवश्यकताच नाही. सर्व कार्य उरकल्यानंतर पार्वतीनं धर्मदासला एका बाजूला घेतलं आणि त्याला एक सोन्याची साखळी देऊन म्हणाली, 'धर्म, तुझ्या मुलीसाठी.'

धर्मदासच्या डोळ्यात पाणी उभं राह्यलं. 'किती दिवसांनी पाहतोय तुम्हाला! सगळं ठीक आहे ना, दीदी?'

'हो. अगदी ठीक आहे. तुझी मुलंबाळं बरी आहेत?'

'हो.'

'तू बरा आहेस ना?'

'कसलं काय, पारू! निघून जावंसं वाटतं. धनी तर गेले.' धर्मदास सुस्कारा सोडत म्हणाला. आणखी बरंच काहीबाही तो बोलला असता पण पार्वतीनं त्याला अडवलं. हे सगळं ऐकण्यासाठी तिनं त्याला साखळी दिली नव्हती.

'असं कसं म्हणतोस, धर्म? तू गेल्यावर देवदादाकडे बघणार कोण?'

धर्मदास कपाळावर हात मारून घेत म्हणाला, 'जेव्हा लहान होते तेव्हा बघितलं. आता न बघितलेलं बरं, पारू!'

पार्वतीनं त्याच्या अगदी जवळ जाऊन हळू आवाजात विचारलं, 'धर्म, एक गोष्ट अगदी खरी खरी सांगशील?'

'का नाही सांगणार, दीदी?'

‘मग खरं सांग, देवदा सध्या करतो काय?’

‘काय करणार कप्पाळ!’

‘धर्मदास, स्पष्ट सांग ना!’

धर्मदासनं पुन्हा एकदा कपाळावर हात मारून घेतला. ‘आणखी उघड करून काय सांगू दीदी? ह्या का सांगायच्या गोष्टी आहेत? आता तर धनी नाहीत. देवताच्या हातात प्रचंड पैसा! आता अडवणार कोण?’

पार्वतीचं तोंड उतरलं. तिच्या कानावर काही गोष्टी आल्या होत्या. पण तिचा त्यावर विश्वास बसला नव्हता. तिच्या तोंडाला कोरड पडली. ‘सांगतोस काय धर्मदास!’

मनोरमेनंही पत्रातून काही गोष्टी कळवल्या होत्या. पण पार्वतीला त्या खऱ्या वाटल्या नव्हत्या.

धर्मदास निराशेनं मान हलवत सांगायला लागला, ‘जेवण नाही, झोप नाही, फक्त बाटली. पिणं आणि पिणं. तीन-तीन चार-चार दिवस कुठे पडलेले असतात त्याचा पत्ताच नसतो. किती पैसा उडवलाय! कित्येक हजारांचे दागिने करून दिलेत म्हणे तिला!’

पार्वतीच्या अंगावर काटा उभा राहिला. ‘धर्मदास, खरं आहे हे?’

धर्मदास जणू स्वत:शीच बडबडायला लागला. ‘पारू, पोरी तुझं ऐकेल कदाचित्! जरा सांगून बघ! तब्येत कशी झालेय बघ! असंच सुरू राह्यलं तर आणखी किती दिवस काढून काढून काढतील, सांग बरं? कुणाला सांगू ग? आई, बाप, भाऊ– ह्यांना ह्या गोष्टी सांगता येतात का? डोकं आपटून जीव द्यावासा वाटतो. पारू! आता जगण्याची इच्छाच राहिली नाही.’ धर्मदास पुन्हा पुन्हा कपाळावर हात मारून घेत होता.

पार्वती निराश झाली. नारायणबाबू गेल्याचे कळताच ती धावत आली होती. अशा दु:खाच्या वेळी आपण देवदासजवळ असायला पाहिजे, असं तिला वाटलं होतं. पण तिचा लाडका देवदादा! काय झालं होतं त्याचं! तिला कितीतरी आठवणी यायला लागल्या. जेवढा दोष तिनं देवदाला दिला त्याच्या शतपट स्वत:ला दिला. ती असती तर असं झालं असतं का? पूर्वी तिनं स्वत:च्या पायावर कुदळ मारून घेतली होती पण आताचा तडाखा तिच्या मस्तकावरच बसला होता. तिच्या देवदाचं आयुष्य वाया जात होतं आणि ती दुसऱ्याच्या संसाराची घडी बसवण्यासाठी झटत होती. दुसऱ्यांना आपलं मानून ती जेवायला वाढत होती आणि तिचं सर्वस्व उपाशी होतं. ‘आज देवदासच्या पायावर डोकं आपटून जीव द्यायचा,’ अशी तिनं प्रतिज्ञा केली.

दुपार सरली होती. पार्वती देवदासच्या खोलीत आली. देवदास बिछान्यावर

हिशेब पाहत बसला होता. त्यानं पार्वतीला आत आलेलं पाह्यलं. पार्वतीनं हळूच दार लावून घेतलं आणि ती जमिनीवरच बसली. देवदास तिच्याकडे पाहून हसला. तो उदास पण शांत दिसत होता. त्याला अचानक चेष्टा करायची लहर आली. 'मी तुझी बदनामी केली तर?'

पार्वतीनं एकदा लाजून त्याच्याकडे पाह्यलं आणि मान खाली घातली. ही गोष्ट त्याच्या मनाला कायमची लागून राहिली होती हेच त्याच्या वागण्यावरून स्पष्ट दिसत होतं. त्यामुळे तिला जे बोलायचं होतं तेही ती विसरून गेली. देवदासशी बोलणं तिला अवघड वाटत होतं.

देवदास हसला, 'समजलं. लाजतेस ना?'

तरीही पार्वतीला काय बोलावं ते सुचेना. देवदासच बोलायला लागला, 'त्यात लाजण्यासारखं काय आहे? दोघांनी मिळून जरा बालिशपणा केला... हेच बघ ना! बघितलंस ना मध्येच काहीतरी गडबड झाली. तू तुला वाटलं ते बोललीस. मीही तुझ्या कपाळावर जखम केली. कसं झालं ना हे सगळं!'

देवदासच्या ह्या बोलण्यात उपरोध नव्हता, खोच नव्हती. प्रसन्न हसून तो भूतकाळातील दुःखदायक घटनेचा उल्लेख करत होता. पण पार्वतीचं काळीज तुटत होतं. तोंडावर पदर धरत एका दमात ती म्हणाली, 'देवदा, हा जखमेचा वणच माझं समाधान आहे, माझी संपत्ती आहे. तुझं माझ्यावर प्रेम होतं म्हणूनच बालपणीचा इतिहास माझ्या कपाळावर लिहिलास. त्याची मला लाज कशी वाटेल? तो कलंक नाही. गौरवाचं चिन्ह आहे ते!'

'पारू!'

'काय?' पार्वतीचा पदर तसाच तोंडावर होता.

'मला तुझा राग येतो बघ!' आता मात्र त्याचा आवाज घोगरा झाला होता. 'बाबा नाहीत. केवढे वाईट दिवस आलेत नशिबात! पण तू असतीस तर काळजी नव्हती. वहिनींचं तर तुला माहीत आहेच. दादाचा स्वभावही तू ओळखतेस. आईचं काय करावं सांग बघू आणि माझं तरी काय होणार आहे कोण जाणे! तू असतीस तर मी निश्चिंत झालो असतो सगळं तुझ्यावर सोपवून... हे ग काय, पारू?'

पार्वती हुंदके देऊन रडायला लागली.

देवदास म्हणाला, 'रडतेस? मग आता बोलत नाही.'

पार्वती डोळे पुसून म्हणाली, 'बोल.'

देवदासनं क्षणात आवाज बदलला. 'पारू, तू अगदी पक्की गृहिणी झाली आहेस हं!'

पार्वतीनं ओठ दाताखाली दाबून धरला. मनातल्या मनात म्हणाली, 'कर्माची गृहिणी! सावरीचं फूल देवाला वाहतात का कधी!'

देवदास मोठ्यानं हसला. 'मला हसू येतं बघ! होतीस एवढीशी... आणि केवढी मोठी झालीस! भलं मोठं घर, मोठी जमीनदारी, मोठी मुलं आणि चौधरीमोशाई... सगळंच बडं, मोठं. होय ना पारू?'

चौधरीमोशाई म्हणजे पार्वतीचं करमणुकीचं साधन होतं म्हणून एवढ्या दुःखातही तिला हसू आलं. त्यांच्या नुसत्या आठवणीनं तिला हसू यायचं. तसंच आताही आलं.

देवदास खोट्या गांभीर्यानं म्हणाला, 'माझ्यावर एक उपकार करशील?'

'काय?'

'तुझ्या गावात चांगली मुलगी आहे का एखादी?'

पार्वतीनं आवंढा गिळून विचारलं, 'चांगली मुलगी? ती कशासाठी?'

'मिळाली तर लग्न करेन म्हणतो! संसारी व्हावंसं वाटतंय!'

पार्वतीनं भोळसटपणे विचारलं, 'खूप सुंदर हवी ना?'

'हो. तुझ्यासारखी.'

'आणि खूप चांगलीही.'

'नाही. खूप चांगली नसली तरी चालेल. उलट थोडीशी खट्याळ, नाठाळ हवी. तुझ्यासारखं माझ्याशी भांडता आलं पाहिजे.'

पार्वती मनाशी म्हणाली, 'देवदा, ते शक्य नाही. त्यासाठी माझ्यासारखं प्रेम करता आलं पाहिजे.' मोठ्यानं म्हणाली, 'जळलं माझं तोंड! माझ्यासारख्या हजार मुली पाय धरत येतील तुझे!'

देवदासला पुन्हा थट्टा करायची लहर आली. 'हजार नको. सध्या एक मिळाली तरी पुरे!'

'देवदा, खरंच लग्न करणार आहेस?'

'आत्ताच नाही का सांगितलं तुला?' पण 'तुझ्याशिवाय दुसऱ्या कोणालाही माझ्या हृदयात स्थान नाही.' हे त्यानं तिला स्पष्ट सांगितलं नाही.

'देवदा, एक विचारू?'

'काय?'

स्वतःला काबूत ठेवत तिनं विचारलं, 'तू दारू प्यायला का शिकलास?'

देवदासला हसू आलं, 'एखादं पेय पिण्यास शिकावं लागतं?'

'तसं नाही. सवय का लावून घेतलीस?'

'कोणी सांगितलं? धर्मदासनं?'

'कोणी का सांगेना! खरं आहे हे?'

देवदास खोटं बोलला नाही. म्हणाला, 'बरंचसं.'

पार्वती थोडा वेळ निमूट बसून राहिली. मग तिनं विचारलं, 'आणि काही

हजारांचे दागिनेही करून दिलेस ना?'

देवदास हसला. 'दिले नाहीत. करून ठेवलेत. तुला हवेत?'

पार्वती हात पुढे करत म्हणाली, 'दे. हे बघ, माझ्या अंगावर एकही डाग नाही.'

'चौधरीमोशाईंनी तुला नाही केले?'

'केले होते. मी सगळे माझ्या मोठ्या मुलीला देऊन टाकले.'

'तुला जरुर नाही वाटली त्यांची?'

पार्वतीनं नुसती मान हलवली. आता मात्र देवदासचे डोळे खरंच भरून आले. अतिशय दु:ख-कष्टाशिवाय कोणी दुसऱ्याला दागिने काढून देत नाही, हे त्यानं मनातून ओळखलं. डोळ्यातलं पाणी आवरत तो शांतपणे म्हणाला, 'सगळं खोटं, पारू. मी कोणावरही प्रेम करत नाही. कोणालाही दागिने दिले नाहीत.'

पार्वतीनं एक उसासा सोडला. मनाशी ती म्हणाली, 'माझी खात्री आहे त्याबद्दल.'

बऱ्याच वेळ कोणीच काही बोललं नाही. मग पार्वतीनंच सुरवात केली,

'शपथ घे– दारू पिणार नाही म्हणून.'

'ते होणार नाही. तू वचन देशील का की तू एकदाही माझी आठवण काढणार नाहीस?'

पार्वती गप्प बसली. संध्याकाळ झाली होती. बाहेर शंखध्वनी झाला. देवदासनं चमकून खिडकीकडे पाह्यलं. 'संध्याकाळ झाली. आता घरी जा, पारू!'

'मी जाणार नाही. तू आधी वचन दे.'

'मला ते शक्य नाही.'

'का शक्य नाही?'

'सगळ्यांना सगळं जमतंच असं नाही.'

'इच्छा असली की सगळं होतं.'

'मग तू आज रात्री माझ्याबरोबर येशील? पळून जाऊ या आपण.'

पार्वतीला वाटलं की आता आपल्या हृदयाची धडधड बंद पडणार. नकळत तिच्या तोंडातून शब्द निसटले, 'ते कसं शक्य आहे?'

देवदास बिछान्यावर सावरून बसत म्हणाला, 'पार्वती, दार उघड.'

पार्वती दाराला पाठ देऊन म्हणाली, 'वचन दे.'

देवदास उठून उभा राह्यला आणि शांतपणे म्हणाला, 'पारू, बळजबरीनं वचन घेणं चांगलं नाही. त्यात फायदा काय? आज घेतलेलं वचन उद्या मोडेल. मला खोटं बोलायला कशाला लावतेस?'

पुन्हा दोघंही बराच वेळ गप्प राह्यले. कुठंतरी नऊचे ठोके पडले. देवदास

घायकुतीला येऊन म्हणाला, 'पारू, अग, दार उघड.'

पार्वती गप्प.

'ए पारूऽ'

'मी इथून मुळीच जाणार नाही,' असं म्हणून पार्वतीनं जमिनीवर लोळण घेतली आणि हुंदके देऊन रडायला लागली. खोलीत काळोख दाटून आला होता. काहीही दिसत नव्हतं. पार्वती जमिनीवर पडून रडतेय, हे देवदासनं अंदाजानं ओळखलं. त्यानं हळूच हाक मारली, 'पारूऽ'

पार्वती रडत रडत म्हणाली, 'देवदा, मी फार दुःखी आहे रे!'

देवदास तिच्या जवळ आला. त्याचेही डोळे भरून आले होते. पण त्यानं आवाज घोगरा होऊ दिला नाही. 'मला ते माहीत नाही का, पारू?'

'देवदा, मला सहन होत नाही रे! तुझी सेवा करायची फार फार इच्छा होती. कधी जमलं नाही रे!'

अंधारातच डोळे पुसत देवदास तिची समजूत घालत म्हणाला, 'अजून वेळ गेली नाही.'

'तर माझ्याकडे चल. इथं तुझ्याकडे बघायला कोणी नाही.'

'तुझ्याकडे आलो तर खूप काळजी घेशील?'

'माझी लहानपणापासूनची इच्छा आहे ती! देवा, माझी इच्छा पुरी कर! नंतर मेले तरी वाईट नाही वाटणार.'

आता मात्र देवदासला डोळ्यातली आसवं आवरणं कठीण झालं.

पार्वती पुन्हा म्हणाली, 'देवदा, चल माझ्या घरी.'

देवदास डोळे पुसत म्हणाला, 'ठीक आहे. येईन.'

'माझी शपथ घेऊन सांग.'

काळोखात अंदाजानं पार्वतीच्या पायाला हात लावत तो म्हणाला, 'मी ही गोष्ट कधीही विसरणार नाही. माझी सेवा केल्यानं तुझं दुःख कमी होणार असेल तर मी येईन. मरायला टेकलो तरी ही गोष्ट विसरणार नाही.'

◆

१३

वडील गेल्यानंतर सतत सहा महिने घरात राहून राहून देवदास कंटाळला होता. सुख नाही, शांती नाही. तोच तोचपणा. शिवाय हल्ली त्याला पार्वतीची फार काळजी वाटायची. तिची सारखी आठवण यायची. त्यातून त्याच्या दादानं आणि पतिव्रता वहिनीनं जीव अगदी नकोसा करून टाकला होता.

देवदासच्या आईची अवस्थाही देवदासपेक्षा वेगळी नव्हती. पतीबरोबर तिचं सुख-समाधानही गेलं होतं. ती पराधीन झाली होती. तिलाही ह्या घरात राहणं नकोसं झालं होतं. काशीला जायचं कित्येक दिवसांपासून तिच्या मनात होतं. पण देवदासचं लग्न झाल्याशिवाय जाणं शक्य नव्हतं. ती सारखी म्हणायची, 'देवा, लग्न कर म्हणजे मी काशीला जायला मोकळी.'

पण ते कसं शक्य होतं? एक तर वडील आताच गेले होते. वर्षभर काही शुभकार्य करता येणार नव्हतं. दुसरं म्हणजे चांगली मुलगी तर मिळायला पाहिजे ना! हल्ली देवदासच्या आईला वाईट वाटायचं. त्याच वेळी पार्वतीबरोबर लग्न करून दिलं असतं तर फार बरं झालं असतं, असं मनात यायचं. अखेर एके दिवशी ती देवदासला म्हणाली, 'बाबा, आता मला इथं राहणं शक्य नाही. काही दिवस तरी काशीला जाते.'

देवदासलाही तसंच वाटत होतं. तो म्हणाला, 'माझंही तेच म्हणणं आहे. सहा महिन्यांनी परत आलीस तरी चालेल.'

'हो, बाबा! तसंच करू. वर्षाच्या शेवटी परत येईन. त्यांचं श्राद्ध आणि तुझं लग्न पार पाडून पुन्हा काशीला जाऊन राहीन.'

देवदासनं आईला काशीला पोहोचवलं आणि तो कलकत्त्याला निघून आला. कलकत्त्यात आल्यावर त्यानं चुनीलालचा तपास केला. तो जागा बदलून कुठंतरी दुसरीकडे गेला होता. एके दिवशी संध्याकाळी त्याला अचानक चंद्रमुखीची आठवण झाली. तो तिला इतके दिवस विसरूनच गेला होता. तो थोडा ओशाळा झाला. भाड्याची घोडागाडी करून तो तिच्या घरी येऊन थडकला. बऱ्याच हाका मारल्यावर एका बाईनं ती तिथं राहत नसल्याचं सांगितलं. समोरच एक लॅम्पपोस्ट होता. त्याच्यापाशी उभं राहून देवदासनं विचारलं, 'ती कुठं गेली माहीत आहे का?'

खिडकी उघडून तिनं निरखून पाह्यलं. 'देवदास का तुम्ही?'

'हो.'

'थांबा हं! दार उघडते.' दार उघडून ती म्हणाली, 'या.'

आवाज ओळखीचा वाटला पण देवदासला नीट ओळख पटली नाही. अंधारही पडला होता. त्यानं भीतभीतच विचारलं, 'चंद्रमुखी कुठं राहते सांगू शकाल का?'

ती हळूच हसून म्हणाली, 'हो. पण आधी वरती या.'

आता देवदासला ओळख पटली. 'आ? तू?'

'हो. मीच. देवदास, मला पुरते विसरून गेलात ना?'

देवदास वर आला आणि चकितच झाला. चंद्रमुखीनं काळ्या काठाची पांढरी, मळकट साडी नेसली होती. हातात फक्त दोन बांगड्या होत्या. अंगावर दुसरा एकही दागिना नव्हता. केस विस्कटलेले होते. 'तू?' देवदासनं पुन्हा विचारलं. ती पूर्वीपेक्षा रोडावली होती. 'तू आजारी होतीस?'

चंद्रमुखीनं हसून उत्तर दिलं, 'शारीरिक आजार अजिबात नाही. तुम्ही आरामात बसा ना!'

देवदास गादीवर बसला. घर पार बदलून गेलं होतं. घराच्या मालकिणीप्रमाणे त्याचीही दशा झाली होती. सामानसुमानाचा पत्ता नव्हता. कपाट, टेबल, खुर्च्या काहीही नव्हतं. फक्त एक गादी पसरलेली होती. तिच्यावरची चादर मळली होती. भिंतीवरची चित्रं, तसबिरीही काढून टाकलेल्या दिसत होत्या. काही काही खिळ्यांना तसबिरींमागचे लाल दोरे तसेच लोंबकळत होते.

घड्याळ होतं. पण चालत नव्हतं. बंद पडलं होतं. कोळ्यांनी सगळीकडे आपली कारागिरी दाखवली होती. एका कोपऱ्यात एक तेलाचा दिवा मंद तेवत होता. त्याच्या उजेडातच देवदासनं घरातला बदल निरखला. काहीसं आश्चर्यानं आणि काहीसं दु:खानं त्यानं विचारलं, 'चंद्र, अशी दशा कशानं झाली?'

चंद्रमुखी खिन्नपणे हसून म्हणाली, 'कोण म्हणतंय दशा झालीय. माझं तर भाग्य उजळलंय.'

देवदासला काही समजलं नाही. 'तुझ्या अंगावरचे दागिनेही दिसत नाहीत!'

'विकून टाकले.'

'सामानसुमान?'

'तेही विकलं.'

'घरातल्या तसबिरीही विकल्यास?'

चंद्रमुखी हसली आणि समोरच्या घराकडे बोट दाखवत म्हणाली, 'तिथं राहणाऱ्या क्षेत्रमणीला देऊन टाकल्या.'

देवदास तिच्याकडे पाहतच राहिला. 'चुनीबाबू कुठं आहेत?'

'माहीत नाही. दोन-एक महिन्यांपूर्वी भांडण करून गेले ते परत आलेच नाहीत.'

देवदासला आश्चर्याचा आणखी एक धक्का बसला. 'भांडण? ते का?'

'भांडण होत नाही कधी?'

'होतं ना! पण का झालं?'

'दलाली करायला आले होते. मी हाकलून लावलं.'

'कसली दलाली?'

चंद्रमुखी पुन्हा हसली. 'नेहमीचीच.' पुढे म्हणाली, 'तुम्हाला समजत कसं नाही? एक बडं गिऱ्हाईक आणलं होतं. महिन्याला दोनशे रुपये, ढीगभर दागिने आणि दाराशी शिपाई. समजलं?'

आता देवदासच्या सर्व लक्षात आलं. तो हसून म्हणाला, 'हो का? पण काहीच दिसत नाही त्यातलं?'

'असलं तर दिसणार ना! मी हाकलूनच दिलं त्यांना.'

'त्यांचा अपराध?'

'अपराध फारसा नव्हता पण मलाच पसंत नव्हतं.'

देवदास विचारात पडला. 'तेव्हापासून इथं कुणी येत नाही?'

'नाही. तुम्ही इथून गेल्या दिवसापासून दुसरं कोणीही इथं येत नाही. मधून मधून चुनीबाबू यायचे. पण दोन महिन्यांपासून तेही यायचे बंद झालेत.'

देवदास बिछान्यावर आडवा झाला. दिङ्मूढ होऊन तो बराच वेळ विचार करत होता.

मग अगदी खालच्या आवाजात त्यानं विचारलं, 'धंदा बंद केलास?'

'हो. दिवाळं वाजलंय.'

'मग चालतं कसं?'

'सांगितलं ना जे काही दागदागिने, सामानसुमान होतं ते विकलं.'

'ते असं किती होतं?'

'फार नव्हतंच. साधारण आठशे-नऊशे आहेत माझ्यापाशी. एका किराणावाल्याकडे ठेवलेत. तो दर महिन्याला वीस रुपये देतो.'

'वीस रुपयांत पूर्वी तर तुझं भागत नव्हतं.'

'आताही भागत नाहीच. तीन महिन्यांचं घरभाडं राह्यलंय. ह्या बांगड्या तेवढ्या आहेत. त्याही विकून जे काही देणं असेल ते देऊन कुठंतरी दुसरीकडे जाऊन राहीन म्हणते!'

'कुठं जाणार?'

'ते अजून ठरवलं नाहीय. जिथं वीस रुपयात भागेल अशा स्वस्त मुलुखात जाईन.'

'मग इतके दिवस कशाला राहिलीस? आधीच का नाही गेलीस? जर इथं

राहण्यात काही अर्थ नव्हता तर देणं वाढवून राहिलीसच का?'

चंद्रमुखीनं मान खाली घातली. ती थोडी विचारात पडली. ही गोष्ट सांगताना आयुष्यात प्रथमच तिला लाज वाटली. देवदासनं विचारलं, 'बोलत का नाहीस?'

चंद्रमुखी गादीच्या अगदी टोकाला सावरून बसली आणि हळूहळू सांगायला लागली, 'रागावू नका पण इथून जाण्यापूर्वी तुमची भेट व्हावी असं मनापासून वाटत होतं. त्या आशेवर थांबले. तुम्ही एकदा तरी याल, असं मला वाटत होतं. तुम्ही भेटलात आता उद्याच मी इथून निघण्याच्या तयारीला लागेन. कुठं जाऊ, ते सांगा ना!'

देवदास चमकला. उठून बसत त्यानं विचारलं, 'फक्त मला भेटण्यासाठी थांबली होतीस? पण का?'

'माझी इच्छा! तुम्हाला माझा तिटकारा वाटायचा. एवढा तिटकारा दुसऱ्या कोणीच कधी केला नाही म्हणूनही असेल. तुम्हाला आठवतं की नाही, माहीत नाही. पण मला चांगलं आठवतंय. तुम्हाला पाहताच मी भाळले. तुम्ही श्रीमंत आहात हे मला समजलं होतं. पण पैशाच्या मोहानं मी तुमच्यावर फिदा झाले नाही. तुमच्या आधी कित्येकजण इथं आले आणि गेले. पण कोणाच्यातही तुमच्यासारखी धमक दिसली नाही. आल्याबरोबरच तुम्ही मला धक्का दिलात. कल्पना नसताना योग्य पण अनाठायी उद्धटपणे वागलात. तिरस्कारानं तोंड फिरवलंत आणि शेवटी अवहेलनेनं काही पैसे देऊन गेलात. आठवतं का हे सगळं?'

देवदास गप्प बसून राह्यला. चंद्रमुखी पुढे सांगायला लागली, 'तुमचा विसर पडणं शक्यच नव्हतं. तुमच्यावर प्रेम करत होते असंही नाही, तुमचा राग करत होते असंही नाही. पण तरीही तुम्हाला विसरू शकत नव्हते. एखादी नवी गोष्ट जशी मनात राहून जाते तसंच माझं झालं होतं. तुम्ही आलात तर भीतभीत पण व्यवस्थित वागायचा प्रयत्न करायची. तुम्ही आला नाहीत तर कशातच मन रमायचं नाही. एके दिवशी अचानक मला खूळ लागलं. सगळं वेगळंच दिसायला लागलं. आधीची 'मी' मी राह्यले नाही. त्यानंतर तुम्ही प्यायला लागलात. मला दारूचा फार तिटकारा आहे. कोणी झिंगून आला तर मी त्याच्यावर चिडायची. पण तुमच्यावर चिडायची नाही, तुमचा राग यायचा नाही. वाईट मात्र वाटायचं.' असं म्हणत तिनं देवदासच्या पायावर हात ठेवला. तिचे डोळे भरून आले होते. ती पुढे बोलायला लागली, 'मी पापी आहे पण माझे अपराध पोटात घाला. तुम्ही मला खूप बोलायचात, तिरस्कारानं दूर सारायचात तेवढी मी तुमच्याकडे ओढली जात होते. तुम्ही झोपल्यावर... राहू दे त्या गोष्टी. सगळं नाही सांगत. नाहीतर पुन्हा रागवाल माझ्यावर.'

देवदास काहीच बोलला नाही. चंद्रमुखीत झालेला बदल तिच्या बोलण्यातून

त्याला जाणवत होता. तिचं हे बोलणं त्याला यातना देत होतं. त्याच्या नकळत हळूच डोळे पुसून चंद्रमुखी म्हणाली, 'एकदा तुम्ही म्हणालात की तू किती सोसतेस! अपमान, अत्याचार, छळ... त्या दिवशी मी दुखावली गेले. त्याच दिवसापासून सगळं बंद केलं.'

देवदासनं उठून बसत विचारलं, 'पण तुझं चालणार कसं?'

'ते मघाशी सांगितलं ना!'

'समजा त्यानं तुला फसवलं तर?'

चंद्रमुखीच्या चेहऱ्यावर भीतीची पुसटशीही छाया पडली नाही. ती अगदी सहजपणानं म्हणाली, 'शक्य आहे. पण त्याचाही विचार केलाय मी. तशीच काळवेळ आली तर तुमच्याकडे भीक मागेन.'

देवदास विचार करून म्हणाला, 'माग माझ्याकडे पण दुसरीकडे जाण्याचं बघ इथून.'

'उद्याच बघते. बांगड्या विकते आणि किराणावाल्याला भेटते.'

देवदासनं शंभराच्या पाच नोटा उशीखाली सरकवल्या. 'बांगड्या विकू नकोस. किराणावाल्याला मात्र भेट. पण जाणार कुठं? एखाद्या तीर्थक्षेत्राला?'

'नाही, देवदास! तीर्थ, धर्म ह्यांच्यावर माझी फारशी श्रद्धा नाही. कलकत्त्यापासून फार दूर जाणार नाही. जवळच्याच एखाद्या गावात जाऊन राहीन.'

'एखाद्या चांगल्या घरी दासी म्हणून राहणार का?'

चंद्रमुखीचे डोळे पुन्हा भरून आले. डोळे पुसून म्हणाली, 'तसं राहण्याची माझी इच्छा नाही. मी स्वतंत्र राहीन. त्यातच आनंद आहे. कशाला दु:खाच्या वाटेला जायचं? मला कष्टाची सवय नाही. मी कष्ट करू शकणार नाही. फार दगदग केली तर कदाचित् आजारी पडेन.'

देवदास विषण्णपणे हसला. म्हणाला, 'शहराच्या जवळपास राहिलीस तर पुन्हा मोहात पडशील. एखादे वेळी... माणसाचं काही सांगता येत नाही.'

ह्या वेळी चंद्रमुखीचा चेहरा आनंदानं फुलला. ती हसून म्हणाली, 'माणसाचं काही सांगता येत नाही हे खरंच! पण मी पुन्हा मोहाला बळी पडणार नाही. बायकांना हाव फार असते हेही खरं, पण आपणहून सगळंच सोडून दिलंय. आता मला भीती नाही. एकदम लहर आली आणि सोडलं असं झालं असतं तर मला सावध राहावं लागलं असतं. पण एवढ्या दिवसांत एकदाही मला पश्चात्ताप झाला नाही. मी अगदी सुखात आहे.'

हे ऐकूनसुद्धा नकारार्थी मान हलवत देवदास म्हणाला, 'बायकांचं मन फार चंचल असतं. त्याच्यावर विश्वास ठेवण्यात अर्थ नाही.'

आता मात्र चंद्रमुखी देवदासच्या अगदी जवळ येऊन बसली. त्याचा हात

हातात घेत तिनं हाक मारली, 'देवदास!'

देवदासनं तिच्याकडे पाह्यलं पण 'मला स्पर्श करू नकोस' असं तो म्हणू शकला नाही.

चंद्रमुखीनं आपुलकीनं त्याचे दोन्ही हात आपल्या हातात घेतले. बोलताना तिचा आवाज कापत होता. 'आज अखेरचा दिवस आहे. आज रागावू नका. मला एक गोष्ट तुम्हाला विचारावीशी वाटते,' असं म्हणून स्थिर नजरेनं तिनं क्षणभरच देवदासकडे पाह्यलं आणि ती पुढे म्हणाली, 'पार्वतीनं तुम्हाला खूप दु:ख दिलंय का?'

देवदासनं आठ्या घालत विचारलं, 'हे कशाला विचारतेस?'

चंद्रमुखी अजिबात गांगरली नाही. शांत पण ठामपणे म्हणाली, 'मला कळायला हवं. खरंच सांगते, तुम्हाला त्रास झाला तर माझ्या मनाला फार लागतं. त्याशिवाय मला वाटतं मला बरंच काही कळलंय. त्यावरूनसुद्धा मला वाटतंय की पार्वतीनं तुम्हाला फसवलं नाही. तुम्हीच तुम्हाला फसवलंय. देवदास मी तुमच्यापेक्षा वयानं मोठी आहे. हे जगही तुमच्यापेक्षा जास्त पाह्यलंय. मला वाटतंय, तुमची चूक झाली. चंचल आणि अस्थिर म्हणून बायकांना दोष दिला जातो. पण ते योग्य नाही. त्या तशा नसतात. पण तुम्हीच त्यांना नावं ठेवता आणि तुम्हीच त्यांना नावाजता. तुम्हाला जे बोलायचं असतं ते तुम्ही पुरुष सहज बोलून जाता. पण बायकांचं तसं नसतं. त्या मनातलं सगळं बोलू शकत नाहीत. आणि बोलल्या तरी ते सगळ्यांना समजेलच असंही नाही. त्यामुळे त्या बदनाम व्हायलाही वेळ लागत नाही.'

चंद्रमुखी थोडी थांबली. मग आवंढा गिळून म्हणाली, 'मी आयुष्याचा बराच काळ प्रीतीचा धंदा करण्यात घालवलाय. पण प्रेम एकदाच केलंय. ते प्रेम फार किमती आहे. मी खूप शिकले. प्रेम वेगळं आणि रूपाचा मोह वेगळा. ह्या दोघांत गोंधळ केला जातो. पुरुषच तो जास्त करतात. रूपाचा मोह तुमच्यापेक्षा आम्हाला कमी असतो. म्हणूनच आम्ही कधीही तुमच्यासारख्या मस्तवाल होत नाही. तुम्ही बोलण्यावागण्यातून प्रेम दाखवता. पण आम्ही बोलत नाही. अनेक वेळा तुम्हाला दु:ख द्यायला लाज वाटते, वाईट वाटतं, संकोच वाटतो. तोंड बघताच तिटकारा वाटला तरी आम्ही लाजेनं बोलू शकत नाही. आम्ही प्रेम करत नसतो. ते प्रणयाचं नाटक असतं. जेव्हा असं नाटक संपतं तेव्हा पुरुष उतावीळ होऊन आम्ही विश्वासघात केला म्हणून आरडाओरड करतात. सगळ्यांना तेच ऐकू जातं, तेच समजतं. आम्ही तेव्हाही गप्पच बसतो. आमच्या मनातलं दु:ख कोणाला दिसत नाही.'

देवदास एकही शब्द बोलला नाही. तीही थोडा वेळ त्याच्याकडे पाहत राहिली. 'कधी कधी एखाद्याबद्दल आपुलकी वाटते. बायका तिलाच प्रेम समजतात. शांत

चित्तानं संसार करतात, दुःखात पाठीशी उभ्या राहतात. तुम्ही त्यांना नावाजता. वाखाणणी करता पण तोपर्यंत त्यांना प्रेमाची ओळखच झालेली नसते. पण एखाद्या अशुभ क्षणी वेदना असह्य होऊन अंतरंग उघडं पडतं तेव्हा–' देवदासकडे एक जहाल नजर टाकून ती पुढे म्हणाली, 'तेव्हा तुम्ही तिला 'कलंकिनी' म्हणून दोष देता, तिचा धिक्कार करता.'

अचानक देवदासनं चंद्रमुखीच्या तोंडावर हात ठेवला. चंद्रमुखीनं त्याचा हात हळूच बाजूला सारला. 'देवदास भ्यायचं कारण नाही. मी तुमच्या पार्वतीची गोष्ट सांगत नाहीय.'

एवढं बोलून ती निमूट बसून राहिली. देवदासही काही वेळ बोलला नाही. मग म्हणाला,

'कर्तव्य असतं. धर्माधर्म असतो.' तो कावराबावरा झाला होता.

'हो असतो ना! आणि कर्तव्य, धर्म असतो म्हणून तर खरं प्रेम सगळं सोसत राहतं. अंतरात असलेल्या प्रेमात किती सुख असतं, किती तृप्ती असते, हे ते करणारीलाच कळतं. ती आपल्या संसारात उगाचच दुःख आणि अशांती आणत नाही. म्हणूनच म्हणते, देवदास, पार्वतीचं काहीही चुकलं नाही. तुम्हीच तुमच्याशी खोटं बोललात. तुम्हीच तुम्हाला फसवलंत. आता ही गोष्ट तुम्हाला समजणं शक्य नाही. पण कधी वेळ आलीच तर तुम्हाला माझं म्हणणं पटेल.'

देवदासचे डोळे भरून आले. चंद्रमुखीचं म्हणणं खरं आहे, असं त्याला मनातून वाटायला लागलं. चंद्रमुखीनं त्याची आसवं पाहिली पण पुसायचा प्रयत्न केला नाही. ती मनाशीच बोलायला लागली, 'तुम्हाला मी जवळून पाह्यलंय. मी तुमच्या मनात काय आहे ते ओळखलंय– आता रूपाबद्दल बोलायचं झालं तर– कोण नाही रूपावर भाळत! पण तुमचा हा बाणेदारपणा रूपाच्या पायावर घालून मोकळे व्हाल हे खरं वाटत नाही. तुम्ही इतरांसारखे नक्कीच नाही. तुमच्यात लालसा नाही. पार्वती खूप सुंदर असेलही. पण तीच प्रथम तुमच्या प्रेमात पडली असणार. तिनंच प्रथम ही गोष्ट तुम्हाला सांगितली असणार!' मनातल्या मनात बोलता बोलता अचानक तिच्या तोंडातून बाहेर पडलं, 'माझ्यावरूनच सांगते ना तिनं तुमच्यावर किती प्रेम केलं असेल ते!'

देवदास पटकन् उठून बसला. त्यानं विचारलं, 'काय म्हणालीस?'

'काही नाही. म्हटलं ती तुमच्या रूपावर भाळली नाही. तुम्ही देखणे आहात पण ते देखणेपण भुरळ पाडणारं नाही. उग्र, रुक्ष रूप पटकन नजरेत भरत नाही. पण ज्याच्या नजरेत भरतं तो त्यावरून नजर काढू शकत नाही.' एक उसासा टाकून ती म्हणाली, 'ज्यांनी तुमच्यावर प्रेम केलंय त्यांनाच तुमच्यातली जादू जाणवेल. ह्या स्वर्गाला आपल्या इच्छेनं सोडून देणारी स्त्री ह्या पृथ्वीवर असेल का?'

थोड्या वेळ थांबून ती म्हणाली, 'हे रूप एकदम डोळ्यात भरत नाही. पण हृदयात त्याची एक गडद सावली पडते आणि आयुष्य सरताच अग्नीबरोबर चितेत तिचं भस्म होतं.'

देवदास व्याकुळ नजरेनं चंद्रमुखीकडे पाहत म्हणाला, 'आज हे काय बोलते आहेत तू!'

चंद्रमुखी हळूच हसली. 'जिच्यावर कधीच प्रेम केलं नाही, तिच्याकडूनच प्रेमाच्या गोष्टी ऐकाव्या लागाव्यात ह्यासारखं दुसरं संकट नाही, देवदास! पण मी हे पार्वतीसाठी बोलले. माझ्यासाठी नाही.'

देवदास उठत म्हणाला, 'आता मी निघतो.'

'थोडं थांबा! तुम्ही शुद्धीत असे कधी भेटला नाहीत. कधी असे हात हातांत घेऊन मी तुमच्याशी बोलले नाही.– आज किती समाधान वाटतंय!' ती हसली.

'का हसलीस?' देवदासनं आश्चर्यानं विचारलं.

'काही नाही. एक जुनी गोष्ट आठवली. दहा वर्षापूर्वीची. मी प्रेमापोटी घर सोडलं होतं. तेव्हा वाटत होतं की प्रेमासाठी प्राणसुद्धा देईन. पण एके दिवशी आम्हा दोघांत एका क्षुल्लक दागिन्यावरून भांडण झालं आणि दोघांनी एकमेकांकडे कायमची पाठ फिरवली. 'तो माझ्यावर प्रेमच करत नसावा. नाहीतर त्यानं एवढासा दागिना दिला का नसता!' असं म्हणून मी मनाची समजूत घातली.'

ती पुन्हा स्वत:शीच हसली. 'जळला मेला दागिना! साधी डोकेदुखी थांबावी म्हणून मागचा पुढचा विचार न करता प्राणही दिला जातो, हे कुठं ठाऊक होतं. तेव्हा सीता-दमयंतीची व्यथाही ठाऊक नव्हती आणि जगाई-माधाईची कथाही ठाऊक नव्हती. देवदास, ह्या जगात सगळं काही शक्य आहे ना?'

देवदासच्या तोंडातून एकही शब्द बाहेर पडू शकला नाही. अगतिकपणे तिच्याकडे टकमक पाहत राह्यला तो आणि शेवटी म्हणाला, 'जातो.'

'भीती कसली? बसा थोडं. मी तुम्हाला गुंतवून ठेवणार नाही. ते दिवस गेले! आता तुम्ही माझा तिटकारा करता तेवढाच मी तुमचा करते. पण देवदास, एक सांगा, तुम्ही लग्न का करत नाही?'

एवढ्या वेळानं जणू देवदासनं नि:श्वास टाकला. थोडंसं हसून म्हणाला, 'कल्पना चांगली आहे पण मला करावंसं वाटत नाही.'

'तरी करा. मुलांकडे पाहून तरी बरं वाटेल. शिवाय माझीही सोय होईल. तुमच्याकडे दासी म्हणून काम करीन. माझेही दिवस सुखात जातील.'

देवदास पुन्हा हसला. 'बरं! तेव्हा तुला बोलावीन.'

त्याच्या हसण्याकडं चंद्रमुखीचं जणू लक्षच नव्हतं. ती म्हणाली, 'देवदास, तुम्हाला आणखी एक विचारायचं आहे.'

‘काय?’

‘तुम्ही इतक्या वेळ माझ्याशी बोललातच कसे?’

‘का? काही चूक झाली का?’

‘ते ठाऊक नाही. पण हे नवीनच आहे. पूर्वी पिऊन शुद्ध हरपल्याशिवाय माझ्याकडे पाहतसुद्धा नसत.’

देवदास तिच्या प्रश्नाचं उत्तर न देता उदासपणे म्हणाला, ‘आता दारूला स्पर्शही करता यायचा नाही... माझे वडील गेले ना!’

चंद्रमुखी खिन्न झाली. ‘आता पुन्हा प्यायला सुरवात करणार का?’

‘सांगता येत नाही.’

चंद्रमुखीनं त्याचे दोन्ही हात आपल्या हातांत घट्ट धरले आणि काकुळतीनं म्हणाली, ‘सोडता आली तर सोडाच. सोन्यासारखा जीव! इतक्या लहान वयात आयुष्याची वाट नका लावू.’

देवदास एकदम उठून उभा राह्यला. ‘मी निघतो. जाशील तिथून निरोप पाठव आणि वेळ आली तर संकोच न करता माझ्याकडे माग.’

चंद्रमुखीनं वाकून नमस्कार केला. म्हणाली, ‘सुखी होईन, असा आशीर्वाद द्या. आणखी एक भिक्षा... देव करो आणि तशी वेळ न येवो... पण गरज पडल्यास माझी आठवण ठेवा.’

‘अच्छा!’ एवढं म्हणून देवदास निघून गेला. चंद्रमुखी हात जोडून म्हणाली, ‘देवा, पुन्हा एकदा त्यांची भेट होऊ दे.’ तिला रडू आवरलं नाही.

◆

१४

दोन-एक वर्षं झाली असतील. महेन्द्रचं लग्न करून देऊन पार्वती निश्चिंत झाली होती. जलदबाला हुशार आणि कामसू होती. हल्ली घरातली अनेक कामं पार्वतीऐवजी तीच करायची. पार्वतीनं आता दुसरीकडे लक्ष द्यायला सुरुवात केली होती. तिच्या लग्नाला पाच वर्षं झाली होती. पण तिला मूलबाळ झालं नव्हतं. स्वत:ला मूल नसल्यानं दुसऱ्यांच्या मुलांची तिला फार ओढ वाटायची. गरीबगुरिबांची गोष्ट सोडाच, पण ज्यांच्याजवळ थोडाफार पैसा आहे अशांच्या मुलांचा खर्चही तीच द्यायची. शिवाय पूजाअर्चा, साधू-संन्याशी, अंध-अपंग ह्यांची सेवा ह्यातच तिचा वेळ जायचा. पतीला सांगून तिनं आणखी एक धर्मशाळा बांधली होती. तिथं निराश्रित असहाय्य लोक त्यांच्या इच्छेनुसार राहत. जमीनदारांच्या घरातूनच त्यांना जेवणखाण, कपडालत्ता मिळत असे. आणखी एक गोष्ट पार्वती चोरून करत होती. तिच्या पतीलाही त्याची कल्पना नव्हती. दरिद्री पण कुलीन कुटुंबांना ती पैशाची मदत करायची. हा खर्च ती स्वत:च करायची. तिला दर महिन्याला चौधरीमोशाईंकडून हातखर्चासाठी जे पैसे मिळत ते सर्व ती अशा तऱ्हेने खर्च करायची. पण खर्च कसाही, कुठूनही झाला तरी कचेरीतील नायब-गुमास्त्यांपासून तो लपून राह्यचा नाही. ते त्याबद्दल आपापसात बोलत. दासी ते चोरून ऐकत. 'हल्ली घरातला खर्च दुप्पट झालाय, बाकी काही राहत नाही. तिजोरीत शिल्लक काही नाही.' ही बातमी दासींकडूनच जलदबालाच्या कानी गेली. फिजूल खर्च वाढला की दासदासी, नोकरचाकर ह्यांना फार दु:ख होत असे.

एके दिवशी रात्री जलद तिच्या पतीला-महेन्द्रला-म्हणाली, 'तुम्ही ह्या घरातले कोणी नाही का?'

'असं का म्हणतेस?' महेन्द्रनं विचारलं.

'दासदासींना जे दिसतं ते तुम्हाला दिसत नाही? छोट्या मा तुमच्या बाबांना जीव की प्राण आहेत. ते त्यांना काही बोलणार नाहीत पण तुम्ही बोलायला पाहिजे.'

महेन्द्रला काही कळलं नाही. पण कुतूहल म्हणून त्यानं विचारलं, 'कशाबद्दल बोलते आहेस?'

जलदबाला गंभीरपणे पतीला सल्ला द्यायला लागली, 'छोट्या मांना मूलबाळ नाही. त्यांना कशाला घराची ओढ असेल! सगळं उडवायच्या मागे लागल्यात. दिसत नाही तुम्हाला?'

महेन्द्रनं कपाळाला आठ्या घालत विचारलं, 'काय करते मा?'

‘डोळे असले तर दिसणार ना! हल्ली घरचा खर्च दुप्पट झालाय. सदावर्त, दानधर्म, अतिथी, फकीर... त्या परलोकासाठी शिदोरी बांधताहेत. पण आपल्याला नाही का मुलंबाळं होणार? मग ती खाणार काय? सगळं आहे ते वाटून टाकल्यावर ती हातात कटोरा घेणार का?’

महेन्द्र बिछान्यावर उठून बसला. ‘तू कोणाबद्दल बोलते आहेस? माबद्दल?’

जलद म्हणाली, ‘जळ्ळ माझं नशीब! हे सगळं तोंडानं सांगावं लागतं का?’

‘तू माची तक्रार करते आहेस?’

जलदला राग आला. ‘मी कशाला तक्रार करेन. फक्त आतली बातमी सांगितली. नाहीतर शेवटी मलाच दोष द्याल.’

महेन्द्र बराच वेळ काही बोलला नाही. मग अचानक ताडकन् म्हणाला, ‘तुझ्या माहेरी चूल पेटत नाही आणि तू जमीनदाराच्या घरच्या खर्चाच्या बाता करतेस?’

आता जलदही चिडली. ‘तुमच्या माच्या माहेरी किती धर्मशाळा आहेत ते तरी कळू दे!’

आणखी वाद न घालता महेन्द्र गप्प पडून राह्यला. सकाळी तो पार्वतीला म्हणाला, ‘मा, काय पण सून शोधून आणलीस! हिच्याबरोबर संसार करणं अशक्य. मी कलकत्त्याला चाललोय.’

पार्वतीनं आश्चर्यानं विचारलं, ‘का रे?’

‘तुझ्याबद्दल वाईट बोलते, मी तिला सोडून देतोय.’

काही दिवसांपासून सुनेचं वागणं बदलल्याचं पार्वतीच्या लक्षात आलं होतं. पण तसं वरकरणी न दाखवता ती हसून म्हणाली, ‘शी! हे काय रे बोलणं! फार गुणी पोर आहे ती!’ मग जलदला बाजूला घेऊन तिनं विचारलं, ‘सूनबाई, भांडण झालं वाटतं?’

सकाळी उठल्यापासूनच महेन्द्र कलकत्त्याला जाण्याची तयारी करत होता. ते पाहून जलदबाला घाबरली होती. सासूच्या प्रश्नानं तिला रडूच कोसळलं. ‘मा, माझंच चुकलं. पण ह्या दासीच खर्चावरून आपापसात बोलत होत्या.’

पार्वतीनं सर्व ऐकून घेतलं. ती थोडी ओशाळी झाली. सुनेचे डोळे पुसत म्हणाली, ‘सूनबाई, तुझं बरोबर आहे. मी तेवढी संसारी नाही. त्यामुळे खर्चाची बाजू माझ्या लक्षातच आली नाही.’

नंतर महेन्द्रला बोलावून पार्वती म्हणाली, ‘बाबा, उगाच रागावू नकोस. तू तिचा स्वामी आहेस. तुझ्यापुढे तिला सगळं तुच्छ वाटणं स्वाभाविक आहे. ती तुझं हित बघणारच. तुझ्या संसारातली लक्ष्मी आहे ती!’

त्या दिवसापासून पार्वतीनं हात आखडता घेतला. अतिथिसेवा, पूजाअर्चा, दानधर्म पूर्वीसारखा होईना. साधू-संन्यासी, अनाथ, अंध-अपंग परत जायला लागले.

जमीनदारबाबूंच्या कानावर ही गोष्ट जाताच त्यांनी पार्वतीला हाक मारून विचारलं, 'धाकट्याबाई, लक्ष्मीचा खजिना रिता झाला का?'

पार्वतीनं हसून उत्तर दिलं, 'फक्त देऊन कसं चालेल? दिवसागणिक काही शिल्लकही टाकायला पाहिजे. पाहता आहात ना, खर्च किती वाढलाय?'

'वाढू दे! आता आपले किती दिवस राहिलेत! राह्यलेल्या आयुष्यात दानधर्म, पूजाअर्चा करून परलोकाची वाट सुधारलेली बरी!'

पार्वती हसून म्हणाली, 'हे अगदी स्वार्थाचं बोलणं झालं बर कां! स्वत:चं पाह्यचं आणि पोरांचं काय? त्यांना काय वाऱ्यावर सोडून द्यायचं? काही दिवस थांबा. मग पुन्हा सगळं व्यवस्थित होईल. कामं कधी संपत नाहीत.'

चौधरीमोशाईंना गप्प बसण्याशिवाय पर्याय नव्हता.

आता पार्वतीची कामं कमी झाली होती आणि विचार वाढले होते. पण विचारांविचारांत फरक असतो आणि करणाऱ्यांतही. ज्यांच्यापाशी आशा असते ते एका तऱ्हेने विचार करतात आणि आशा नसलेले वेगळ्या तऱ्हेने. आशावादी विचारात सजीवता असते, सुख असतं, तृप्ती असते, उत्कंठा असते आणि दु:खही असतं. ह्यामुळे माणसाला थकवा येतो. तो फार वेळ असे विचार करू शकत नाही. आशा नसलेल्यांना सुख नसतं, दु:ख नसतं, उत्कंठा नसते पण तृप्ती असते. डोळ्यातून पाणी गळतं, शांतता असते.– हृदयाला नित्य नव्या जखमा होत नाहीत. हे विचार पांढऱ्या, हलक्या ढगांप्रमाणे इकडे तिकडे भटकतात. वाऱ्याबरोबर वाहत जातात आणि वारा नसला तर एकाच जागी स्थिर होतात. एकाग्र मनाला काळजीमुक्त विचारात सार्थकता लाभते. पार्वतीची अवस्था अशीच झाली होती. पूजेला बसली, जप करायला लागली की तिचं अस्थिर, रिकामं, हताश मन तालसोनापूरच्या आंब्याच्या बागेत, वेळूच्या बनात, शाळेच्या वर्गात, घाटावर किंवा बांधावर जाऊन पोहोचायचं. काही वेळा अशा जागी लपून बसायचं की पार्वतीलाही शोधून सापडायचं नाही. पूर्वी कधी अशा वेळी ओठावर हसू आलंही असेल पण आता डोळ्यातलं पाणी टपकन् ताम्हणात टपकायचं किंवा जपमाळेतल्या मण्यांत मिसळून जायचं. तरीही दिवस सरत होते. काळ पुढे सरकत होता. कामात, गोड गप्पागोष्टीत, परोपकारात, सेवाशुश्रुषेत जसा वेळ जात होता तसा सर्व विसरून, ध्यानधारणा करण्यातही जात होता. तिला काही म्हणत– लक्ष्मी, अन्नपूर्णा. तर काही म्हणत– विरक्त उदासीन संन्यासिनी. पण कालपासून तिचं काहीतरी बिनसलं होतं. काहीतरी भयंकर घडलं होतं. भरलेल्या गंगेला ओहोटी लागली होती. घरातल्या कोणालाच ह्याचं कारण कळत नव्हतं. पण आम्हाला माहीत आहे त्याचं कारण. काल गावाहून मनोरमेचं पत्र आलं होतं. तिनं लिहिलं होतं.–

पार्वती,

‘बऱ्याच दिवसांत आपण दोघींनीही एकमेकींना पत्र पाठवलं नाहीय. चूक दोघींचीही आहे. ती दोघीजणी कबूल करून राग मिटवून टाकू या. मी मोठी आहे म्हणून मी सुरवात करते. तू लगेच उत्तर पाठवशील ह्याची मला खात्री आहे.

जवळ जवळ एक महिना झाला मी इथं येऊन. संसारात पडलेल्या आपल्यासारख्या मुलींना स्वत:च्या तब्येतीची फारशी फिकीर नसतेच. मेलं तर म्हणायचं, गंगेला मिळालं. जगलं तर म्हणायचं उत्तम आहे. तेव्हा माझी तब्येत उत्तम आहे. मी ठीक आहे. मी स्वत:बद्दलच लिहित बसलेय! वायफळ गोष्टी! मला फार मोठं महत्त्वाचं काही कळवायचंय असं नाही. एक गोष्ट मात्र कळवावीशी वाटतेय. पण कळवावी की नाही तेच कळत नाहीय. कळवली तर तुला त्रास होईल, वाईट वाटेल हे नक्की मात्र नाही कळवली तर मला चैन पडणार नाही. मारीचासारखी अवस्था झालीय माझी.

देवदासबद्दल ऐकलं तर तुला वाईट वाटणारच. पण तुझ्या विचारानं माझ्याही डोळ्यात पाणी आल्याशिवाय कसं राहील! देवाची कृपाच म्हणायची की तुझ्यासारख्या मानी मुलीची गाठ देवदाससारख्याशी पडली नाही. नाहीतर तुला नदी जवळ करावी लागली असती किंवा विष तरी खावं लागलं असतं. देवदासचं त्रांगडं तुला आज सांगितलं काय किंवा पुढे सांगितलं काय, फरक पडत नाहीच! कारण सर्व जगाला ते माहीत झालंय. तेव्हा उगाच लपवून ठेवण्यात काय अर्थ!

आज सहा-सात महिने तो इथंच आहे. जमीनदारीणबाई काशीला जाऊन राहिल्यात आणि देवदास कलकत्त्याला, हे तुला माहीत आहेच. तो इथं येतो ते फक्त भांडायला आणि पैसे मागायला. असं म्हणतात की तो असाच मधून मधून येतो, पैसे मिळेपर्यंत राहतो आणि पैसे मिळाले की चालायला लागतो.

जमीनदारबाबू जाऊन अडीच वर्षं झाली. तुला ऐकून आश्चर्य वाटेल पण एवढ्यात त्यानं अर्धीअधिक पुंजी उडवून टाकलीय. द्विजदास व्यवहारी आहे म्हणून नाहीतर एव्हाना वडिलोपार्जित सर्व मालमत्ता चोरापोरी गेली असती. बाई-बाटलीच्या नादी लागल्यावर काय होणार? ग्रंथ आटपायला फारसा वेळ आहे असे वाटत नाही. नशीब म्हणजे लग्न केलं नाही.

फार वाईट वाटतं बघ! त्याला पाह्यलं तर पटकन् ओळखू येत नाही. रंगरूप काही राहिलेलं नाही. अगदी दशा झालीय. डोळे खोल गेलेले, केस अस्ताव्यस्त, नाक खांड्यासारखं उचललं गेलंय.— इतका वाईट दिसतोय ग की बोलायची सोय नाही. पाहिलं तर तिटकारा वाटतो, भीती वाटते. सगळा दिवस बंदूक हातात घेऊन नदीवर, बांधावर पक्षी मारत भटकत असतो. ऊन वाढलं की बांधावरच्या बोरीखाली खाली मान घालून बसून राहतो. संध्याकाळी घरात पीत बसतो. रात्रीही भटकतो की काय देव जाणे!

परवा संध्याकाळी मी नदीवर पाणी आणायला गेले होते. पाहिलं तर हा आपला बंदूक हातात घेऊन चाललाय. चेहरा अगदी काळवंडलेला. मी दिसताच थांबला. माझी तर भीतीनं गाळण उडाली. आजूबाजूला चिटपाखरू नव्हतं. मी अगदी भांबावून गेले होते. पण नशीब बलवत्तर होतं म्हणून बरं! झिंगून काही वाह्यातपणा केला नाही. उलट अतिशय सालसपणे म्हणाला, 'मनो, ठीक आहेस ना, दीदी?'

मी काय उत्तर देणार? मान हलवूनच 'हूं' म्हणाले. तेव्हा एक सुस्कारा टाकून तो म्हणाला, 'सुखी राहा, दीदी! तुम्हाला पाहृयलं की बरं वाटतं!' असं म्हणून शांतपणे निघून गेला. मी घराकडे अक्षरश: पळत सुटले. बाप रे! हातबीत धरला नाही म्हणून बरं! असो. त्याच्या वाईट गोष्टी लिहायला गेले तर संपता संपायच्या नाहीत.

तुला मी त्रास दिला का? अजूनही तू त्याला विसरली नसलीस तर त्रास होणारच ग! पण काय करणार? आणि असं लिहिण्यात माझी काही चूक झाली असेल तर मोठ्या मनानं तुझ्यावर प्रेम करणाऱ्या तुझ्या मनोदीदीला क्षमा कर.'

पत्र मिळताच दुसऱ्या दिवशी पार्वतीनं महेन्द्रला बोलावून दोन पालख्या आणि बत्तीस भोई तयार ठेवायला सांगितले. ती ताबडतोब तालसोनापूरला जाणार होती. महेन्द्रनं आश्चर्यानं विचारलं, 'पालख्या, भोई आणून देतो, मा. पण दोन पालख्या कशाला?'

'तुला घेऊन जाणार आहे बरोबर. जर वाटेत मेले तर अग्नी द्यायला मोठा मुलगा हवा ना?'

महेन्द्रनं आणखी काही विचारलं नाही. पालख्या येताच दोघंही निघाले. चौधरीमोशाईंना ही गोष्ट कळताच त्यांनी नोकरचाकरांकडे चौकशी केली पण कोणीच काही सांगू शकलं नाही. तेव्हा त्यांनी सावधगिरी म्हणून आणखी पाच-सहा दरवान आणि दास-दासींना पाठवलं.

एका शिपायानं विचारलं, 'वाटेत पालख्या दिसल्या तर परत घेऊन यायच्या का?'

ते विचार करून म्हणाले, 'नाही. तसं काही करण्याची गरज नाही. वाटेत काही धोका वाटल्यास तुम्ही बरोबर असलेलं बरं!'

संध्याकाळी पालख्या तालसोनापूरला पोहोचल्या. पण देवदास गावात नव्हताच. त्याच दिवशी दुपारी तो कलकत्त्याला निघून गेला होता.

पार्वती कपाळावर हात मारून घेत म्हणाली, 'नशीब!' ती मनोरमेला भेटली. मनोरमेनं विचारलं, 'पारू, देवदासला बघायला आलीस?'

पार्वतीनं उत्तर दिलं, 'नाही. बरोबर घेऊन जाण्यासाठी आलेय. इथं त्याचं असं

कोणी नाही ना!'

मनोरमा पाहतच राहिली. 'पारू, अगं काय बोलतेस हे? लाज नाही वाटत?'

'कोणाची लाज? स्वत:ची गोष्ट घेऊन जाण्यात लाज कसली?'

'शी! असं काय बोलतेस! तुझा तसा काही संबंध नाही. असं बोलू नकोस ग!'

पार्वती खिन्नपणे हसून म्हणाली, 'मनोदीदी, समजायला लागल्यापासून जी गोष्ट मनात घर करून बसलीय, ती कधीतरी तोंडातून बाहेर पडणारच. तू दीदी आहेस ना म्हणून तुला सांगितली.'

दुसऱ्या दिवशी सकाळी आईवडलांना नमस्कार करून पार्वती परत जाण्यासाठी पुन्हा पालखीत बसली.

◆

१५

आज दोन वर्षं झाली चंद्रमुखी अशथझुरी गावात येऊन राहिली होती. गावातून वाहणाऱ्या छोट्याशा नदीकाठावर जरा उंच जागी तिनं सुंदर, नीटनेटकं दोन खोल्यांचं घर बांधलं होतं. साधंच. मातीचं. घराशेजारी एक शाकारलेली मंडपी होती. त्यात काळ्या रंगाची एक गाय बांधलेली होती. दोन खोल्यांपैकी एक स्वयंपाकघर तर दुसरी खोली बसण्या-उठण्याची. अंगण अगदी स्वच्छ होतं. रमा बेरडाची पोर रोज सडासारवण करून जायची. घराच्या भोवती एरंडाचं कुंपण होतं. अंगणात मध्यभागी बोर होती आणि एका बाजूला तुळस. समोर नदीचा घाट होता. तिथं जाण्यासाठी चंद्रमुखीनं मजूर लावून खजुराच्या लाकडाच्या पायऱ्या करून घेतल्या होत्या. तिच्याशिवाय ह्या घाटावर कोणी येत नसे. पावसाळ्यात नदीला पूर आला की पाणी तिच्या घराच्या पायाशी येत असे. मग गावातले लोक धावत पळत येत आणि कुदळीनं माती उकरून बांध घालून देत. गावात वरच्या वर्गाची वस्ती नव्हती. वस्ती होती ती कुणबी, गवळी, बेरड, तेली आणि चांभारांची. तेल्यांची एक-दोनच घरं होती आणि चांभारांची वस्ती गावाच्या टोकाला होती. चंद्रमुखीनं इथं आल्यावर देवदासला आपला ठावठिकाणा कळवला. देवदासनं तिला आणखी काही पैसे पाठवले. ह्या पैशातून ती गावातल्या लोकांना कर्ज देत असे. अडीअडचणीला गाव तिच्याकडे धाव घेत असे. चंद्रमुखी व्याज घेत नसे. त्याऐवजी ते तिला केळी, गाजरं, भाजीपाला असं काहीबाही देत. मुद्दलासाठीही ती त्यांच्या मागे कधीही तगादा लावत नसे. ज्यांना शक्य नसे ते पैसा परत करत नसत. अशा वेळी चंद्रमुखी हसून 'आता तुला पुन्हा कधीही पैसे देणार नाही,' असा दम देत असे.

ते आर्जवानं म्हणत, 'मा ठाकरून, ह्या वेळी पीक चांगलं येईल असा आशीर्वाद द्या.'

चंद्रमुखी आशीर्वाद देत असे. पण पुन्हा पीक चांगलं आलं नाही की सारा भरण्याची पंचाईत पडत असे. मग पुन्हा ते चंद्रमुखीकडेच हात पसरत. चंद्रमुखी नाही म्हणत नसे. मनाशी म्हणे, 'त्यांचं भलं होवो! मला पैशाची काळजी नाही.'

पण चंद्रमुखी ज्याचं भलं चिंतीत होती तो कुठं होता? जवळ जवळ सहा महिने झाले असतील, तिला त्याची काहीच खबरबात नव्हती. पत्राचं उत्तर येत नव्हतं, रजिस्टर परत येत होतं. चंद्रमुखीनं एका गवळ्याला आपल्या घराजवळ झोपडी बांधून दिली होती. त्याच्या मुलाच्या लग्नात तिनंच त्याच्यावतीनं साडे दहा

रुपये हुंडा दिला आणि दोन औतही घेऊन दिले. ते गवळ्याचं घर चंद्रमुखीचं आश्रित होतं. त्या सर्वांचीच तिच्यावर श्रद्धा होती. एके दिवशी सकाळीच चंद्रमुखीनं भैरव गवळ्याला हाक मारून विचारलं, 'भैरव, तालसोनापूर इथून किती दूर आहे?

भैरवनं थोडा विचार करून उत्तर दिलं, 'दोन शिवारं ओलांडली की आलीच कचेरी.'

'जमीनदार तिथंच राहतात ना?'

'हो, मा ठाकरून! तेच ह्या मुलुखाचे जमीनदार. आपलं गावही त्यांच्या जमीनदारीतच येतं. तीन वर्षापूर्वी वारले ते. सगळ्या रयतेनं एक महिना पुऱ्या मंडा खाल्ला बघा! आता त्यांची दोन मुलं आहेत– फार बडेलोक– राजेच म्हणा ना!'

'भैरव, मला त्यांच्याकडे घेऊन जाशील?'

'हो, मा! तुम्हाला वाटेल तेव्हा सांगा. घेऊन जाईन मी.'

'तर मग भैरव, आजच जाऊ या. चल.' चंद्रमुखी घाईघाईनं म्हणाली.

भैरवनं आश्चर्यानं विचारलं, 'आजच?' मग चंद्रमुखीकडे लक्ष जाताच तो म्हणाला, 'तर मग मा, लवकर स्वयंपाक उरकून घ्या. मीही थोडी मुडी बांधून घेतो.'

'मी आता स्वयंपाक करत बसत नाही.तू मुडी घे बाबा बांधून.'

भैरवनं मुडी आणि गूळ एका पंच्यात बांधून खांद्यावर टाकला आणि हातात एक दंडा घेऊन लगेच तो परत येऊन चंद्रमुखीला म्हणाला, 'चला, मा! पण तुम्ही तर काहीच खाल्लं नाही.'

'नाही. माझी अजून पूजा झाली नाही. जर वेळ मिळाला तर तिथं गेल्यावर उरकून घेईन सगळं.'

भैरव वाटाड्या. त्याच्या मागे चंद्रमुखी. शेताच्या बांधावरून चालताना तिला बरेच कष्ट पडत होते. अशी चालायची सवय नसल्यानं तिच्या पायांत काटे मोडून ते रक्तबंबाळ झाले होते. उन्हानं तोंड लाल झालं होतं. पोटात काही नव्हतं तरी चंद्रमुखी बांधामागून बांध पार करत चालतच होती. शेतात काम करणारे शेतकरी त्या दोघांकडे आश्चर्यानं पाहत होते.

चंद्रमुखीनं लाल काठाची पांढरी साडी नेसली होती. हातांत दोन-दोन बांगड्या. साडीचा पदर डोक्यावरून थोडा पुढे ओढलेला आणि अंगाभोवती एक चादर गुंडाळून घेतलेली. सूर्यास्ताच्या वेळेला ते गावात येऊन पोहोचले. चंद्रमुखी हळूच हसून म्हणाली, 'भैरव, तुझी दोन शिवारं आता पार झाली होय?'

भैरवला तिच्या बोलण्यातला विनोद कळला नाही. तो अगदी सरळपणे म्हणाला,

'हो, मा! हे काय! आलोच आपण गावात. पण तुम्ही आज पुन्हा चालत परत

जाल? तुम्हाला इतक्या कष्टाची सवय नाही, मा.'

चंद्रमुखी मनातल्या मनात म्हणाली, 'आजच काय उद्यासुद्धा ह्या रस्त्यानं चालू शकेन असं वाटत नाही.' पण उघडपणे म्हणाली, 'भैरव, गाडी मिळेल का?'

'मिळेल तर काय झालं, मा! बैलगाडी ठरवतो.'

भैरव बैलगाडी ठरवायला गेला आणि चंद्रमुखी जमीनदारांच्या वाड्यात शिरली. अंतर्गृहाच्या वरच्या व्हरांड्यात थोरल्या सूनबाई बसल्या होत्या. त्याच आता जमीनदारीणबाई होत्या. एका दासीनं चंद्रमुखीला त्यांच्याकडे नेलं. दोघींनीही एकमेकींना निरखलं.

चंद्रमुखीनं नव्या जमीनदारीणीला नमस्कार केला. जमीनदारीण दागिन्यांनी मढली होती. डोळ्यांच्या कोपऱ्यातून गर्व उसळून बाहेर पडत होता. ती चांगली गोलमटोल होती. रंग काळासावळा. डोळे बाहेर आलेले. गोलगोल. तोंडही गोल. तिनं काळ्या काठाची साडी नेसली होती. अंगात किंमती पोलकं होतं. ते पाहून चंद्रमुखीला शिसारी आली आणि थोरल्या सूनबाईंनी पाहयलं की चंद्रमुखीचं वय बरंच असलं तरी रूपाला त्याची झळ लागलेली नाही. दोघींचं वय सारखंच असावं. पण थोरल्या सूनबाईंनी ते मनाशीसुद्धा कबूल केलं नाही. ह्या गावात पार्वती सोडून दुसरी कोणी इतकी देखणी स्त्री तिनं कधीच पाहिली नव्हती. म्हणूनच अचंब्यानं तिनं विचारलं, 'कोण ग तू?'

'मी आपलीच रयत. सारा बाकी राहिलाय. तो द्यायला आलेय.'

थोरल्या सूनबाई मनातून खूष झाल्या. 'अग, मग इथं कशाला आलीस? कचेरीत जा ना!'

चंद्रमुखी हसलंसं करून म्हणाली, 'मा, आम्ही गरीब माणसं. सगळा सारा देऊ शकत नाही. आपण फार दयाळू आहात असं ऐकलंय म्हणून आपल्यापाशी आलेय. दया करून थोडाफार सारा माफ करावा.'

असं बोलणं थोरल्या सूनबाईंनी आयुष्यात प्रथमच ऐकलं होतं. 'त्या दयाळू आहेत. सारा माफ करतात'– वा! अर्थातच चंद्रमुखी त्यांना एकदम आवडली. त्या म्हणाल्या, 'हे बघ, दिवसागणिक कितीतरी लोक येतात माझ्याकडे. मी नाही म्हणून शकत नाही त्यांना. बरेच पैसे सोडून द्यावे लागतात. मग मालक माझ्यावर रागावतात– ते जाऊ दे. तुझी किती बाकी आहे?'

'फार नाही, मा. सगळे मिळून दोन रुपये. पण मला तेही खूप आहेत हो! सबंध दिवस चालत आता इथं येऊन पोहोचलेय. तेव्हा... '

थोरल्या सूनबाई च्यक् च्यक् करत म्हणाल्या, 'गरीब माणसं तुम्ही. आम्ही दया केलीच पाहिजे. ए बिंदू, हिला दिवाणमोशाईंकडे घेऊन जा. माझं नाव सांग. मी दोन रुपये माफ करायला सांगितलेत म्हणावं! बाई, कोणच्या गावाची तू?'

‘आपल्याच मुलुखातल्या अशथझुरी गावची आहे मी. मा, हल्ली दोन धनी आहेत ना?’

‘आता काय सांगायचं कपाळ! धाकट्या धन्यांचं काय राहिलंय आता? दोन दिवसांनी सगळं आमचंच होणार.’

चंद्रमुखी कावरीबावरी झाली. ‘असं का म्हणता, मा? छोट्याबाबूंना कर्जबिर्ज आहे वाटतं?’

‘आमच्याकडेच सगळं गहाण टाकलंय. भाऊजी अगदी वाया गेलेत. कलकत्त्यात बाई-बाटली ह्यातच सगळा पैसा उडवलाय. किती उडवलाय त्याचा हिशेबच नाही.’

चंद्रमुखीचं तोंड उतरलं. थोडं थांबून तिनं विचारलं, ‘छोटेबाबू कधी इकडे येतच नाहीत का, मा?’

‘येतात तर काय झालं! पैसे लागले की येतात. कर्ज काढतात, मालमत्तेची वाट लावतात, निघून जातात. आता फारसे दिवस काढतील असं वाटत नाही. घाणेरडा रोग जडलाय ना! शी!’

चंद्रमुखीच्या अंगावर काटा उभा राह्यला. उदासपणे तिनं विचारलं, ‘कुठं राहतात ते कलकत्त्याला?’

थोरल्या सूनबाईंनी कपाळावर हात मारून घेतला. ‘जळ्ळं मेलं लक्षण! ते कोणाला ठाऊक? हॉटेलात खातात आणि कुठं तरी पडतात. कुठं पडतात ते एक ते जाणे आणि दुसरा यम जाणे!’

चंद्रमुखी अचानक उठून उभी राहिली. ‘मी निघते.’

मोठ्या सूनबाईंनी आश्चर्यानं विचारलं, ‘निघालीस? ए बिंदू... ’

चंद्रमुखी त्यांना आडवत म्हणाली, ‘राहू द्या, मा! मीच जाते कचेरीत.’ असं म्हणून ती बाहेर निघून आली. भैरव तिची वाटच पाहत होता. बैलगाडी उभीच होती. त्याच रात्री चंद्रमुखी घरी परतली.

सकाळी तिनं भैरवला पुन्हा हाक मारली. ‘भैरव, मी आज कलकत्त्याला निघालेय. तुला माझ्याबरोबर येता येणार नाही म्हणून तुझ्या मुलाला नेते बरोबर. चालेल ना?’

‘जशी तुमची मर्जी! पण कलकत्त्याला का, मा? काही खास काम आहे?’

‘हो रे, भैरव! खास काम आहे.’

‘केव्हा परत येणार, मा?’

‘ते नाही सांगता येत, भैरव. कदाचित लगेच येईन नाहीतर बरेच दिवसही लागतील आणि परत आलेच नाही तर घरदार तुझं.’

प्रथम भैरव चकित झाला. पण लगेच त्याचे डोळे भरून आले. ‘असं का

म्हणता, मा ठाकरून! तुम्ही आला नाहीत तर ह्या गावचे लोक जगतील का?'

चंद्रमुखी लाजली. हळूच हसून म्हणाली, 'असं कसं, भैरव? मी दोन वर्षांपूर्वी तर आले. त्या आधी तुम्ही इथं राहतच होता ना?'

ह्याचं उत्तर गावंढळ भैरव देऊ शकला नाही. पण चंद्रमुखी मनातून सर्व समजली. तिच्याबरोबर भैरवचा मुलगा केब्‌ला जाणार होता. ती गाडीत चढायच्या वेळेला सगळं गाव गोळा झालं. सर्वांच्याच डोळ्यांत पाणी होतं. चंद्रमुखीलाही वाईट वाटलं. देवदास कलकत्त्यात नसता तर एवढी आपुलकी, एवढं प्रेम डावलून कोणी राणी केलं असतं तरी ती गेली नसती.

दुसऱ्या दिवशी ती क्षेत्रमणीकडे आली. तिच्या पूर्वीच्य घरात दुसरंच कोणीतरी रहायला आलं होतं. क्षेत्रमणी पाहतच राहिली. 'दीदी, तू? इतक्या दिवस होतीस कुठं?'

चंद्रमुखीनं खरी गोष्ट लपवत म्हटलं, 'अलाहाबादला.'

क्षेत्रमणी तिला बारकाईनं निरखत म्हणाली, 'दीदी, तुझे डागदागिने कुठं आहेत?'

चंद्रमुखी हसत म्हणाली, 'आहेत ना! सगळे आहेत.'

त्याच दिवशी ती किराणावाल्याकडे गेली. तिनं त्याला विचारलं, 'मला किती पैसे मिळतील दयाल?'

दयाल अडचणीत सापडला. 'साधारण साठ-सत्तर. पण दोन दिवसांनी देईन.'

'माझं काम केलंस तर तुला काही द्यावं लागणार नाही.'

'कोणतं काम?'

'फक्त दोन दिवस धावपळ करावी लागेल. आमच्या वस्तीत भाड्यानं घर बघ. समजलं?'

दयाल हसून म्हणाला, 'समजलं बरं, बाई!'

'चांगलं घर पाहिजे. शिवाय चांगली गादी, उशी, चादर, दिवा, दोन तसबिरी, दोन खुर्च्या, टेबल. समजलं?'

दयालनं मान हलवली.

'आरसा, कंगवा, झगझगीत दोन साड्या, ब्लाऊज आणि गिलीट केलेले दागिने– कुठं मिळतील ठाऊक आहे?'

दयालनं पत्ता दिला.

चंद्रमुखी म्हणाली, 'एक सेट हवा. नीट पारखून घ्यायला हवेत. मी येईन पसंत करायला.' नंतर हसून म्हणाली, 'मला काय हवं ते सगळं ठाऊक आहेच. एक मोलकरीण पण हवी.'

दयालनं विचारलं, 'हे सगळं केव्हा पाहिजे?'

'शक्यतो लवकर. दोन दिवसांत जमलं तर बरं!' असं म्हणून चंद्रमुखीनं त्याच्या हातात शंभराची नोट ठेवली. 'चांगल्या वस्तू आण. स्वस्तातल्या नकोत.'

तिसऱ्या दिवशी चंद्रमुखी नव्या घरात राहायला गेली. सबंध दिवस केबूलाच्या मदतीनं तिनं मनाप्रमाणे घर सजवलं आणि संध्याकाळ होण्याआधी ती स्वत:चा नट्टापट्टा करायला लागली. साबणानं स्वच्छ तोंड धुवून तिनं पावडर लावली. पायाला अलता लावला, पान खाऊन ओठ रंगवले. दागिने घातले. झगमगीत कपडे घातले. केसाचा अंबाडा घातला. कुंकू लावलं. आरशात स्वत:ला निरखत ती मनाशीच पुटपुटली, 'नशिबात आणखी काय व्हायचं बाकी राहिलंय!'

खेडवळ केबूला चंद्रमुखीचा हा अवतार पाहून गांगरूनच गेला. त्यानं भीतभीत विचारलं, 'हे काय, दीदी?'

चंद्रमुखीनं हसून उत्तर दिलं, 'केबूला, आज माझा 'वर' येणार आहे.'

केबूला आ वासून पाहत राहिला.

संध्याकाळी क्षेत्रमणी तिचं घर पाहायला आली. तिनंही चकित होऊन विचारलं, 'हे ग काय, दीदी?'

चंद्रमुखी हसू दाबत म्हणाली, 'हे तर सगळं पुन्हा हवंच.'

क्षेत्रमणी तिच्याकडे पाहत म्हणाली, 'दीदी, तुझ्या वयाबरोबर तुझं रूप वाढतंय.'

ती निघून गेल्यावर चंद्रमुखी पूर्वीप्रमाणेच खिडकीत जाऊन बसली. ती डोळ्याची पापणी न हलवता रस्त्याकडे पाहत होती. हेच तिचं काम होतं. ती हेच करत आली होती आणि जितके दिवस इथं राहणार होती तितके दिवस हेच करणार होती. कोणी नवीन गिऱ्हाईक आत यायला पाहायचं, दारावर धडका द्यायचं. केबूला आतून पोपटासारखा म्हणायचा, 'इथं नाही.'

जुन्या ओळखीतलेही कोणी येत. चंद्रमुखी त्यांच्याशी हसतखेळत गप्पागोष्टी करत असे. बोलता बोलता देवदासबद्दल विचारीत असे. कोणीच काही सांगू शकत नसे. ती त्यांना तसाच निरोप देत असे. रात्री बऱ्याच उशिरा स्वत:च बाहेर पडायची. वस्तीत फिरायची. दाराजवळ उभी राहून चोरून आतलं बोलणं ऐकायचा प्रयत्न करायची. पण तिला हवं होतं ते ऐकायला मिळत नव्हतं. कधी कधी कोणी अचानक जवळ येऊन उभे राहत. तिला स्पर्श करायला बघत. चंद्रमुखी घाबरीघुबरी होऊन तिथून पळ काढत असे. दुपारी जुन्या ओळखींच्याकडे जाऊन देवदासबद्दल विचारत असे.

त्या विचारत, 'कोण देवदास?'

चंद्रमुखी उत्साहानं सांगत असे, 'गोरापान आहे. कुरळे केस. कपाळावर डावीकडे एक जखमेची खूण. बडा माणूस. खूप पैसा खर्च करतो. आहे का

कोणाला त्याच्याबद्दल माहिती?'

पण तिला पत्ता लागत नव्हता. हताश होऊन ती घरी परत यायची. मध्यरात्रीपर्यंत जागत बसायची. झोप आली की स्वत:वरच चिडायची. मनाशी म्हणायची, 'तुझी ही झोपण्याची वेळ आहे का?'

असं करत करत महिना उलटला. केब्ला पण जरा कंटाळलाच. देवदास कलकत्त्यात नसावाच, असं चंद्रमुखीलाही वाटायला लागलं पण तरीही तिनं आशा सोडली नव्हती. देवदासची अतिशय उत्कंठतेनं वाट पाहत ती दिवस घालवत होती.

कलकत्त्याला येऊन आता दीड महिना झाला होता आणि एके दिवशी अचानक तिचं भाग्य उजळलं. रात्रीचे अकरा वाजले असावेत. ती निराश होऊन घरी निघाली होती. तितक्याच तिला एका घरासमोर रस्त्याच्या कडेला कोणीतरी स्वत:शीच बडबडत असल्याचं ऐकू आलं. तिच्या छातीत एकदम धडधडलं. हा आवाज तिच्या ओळखीचा होता. हजारो आवाजांतून तिनं तो ओळखला असता. तो माणूस अंधाऱ्या कोपऱ्यात झिंगून पालथा पडला होता. चंद्रमुखी त्याच्याजवळ गेली आणि त्याला हलवत म्हणाली, 'कोण तुम्ही? इथं का पडला आहात?'

तो माणूस गाणं म्हटल्याप्रमाणे म्हणाला, 'ऐक सई, वसला मनीं, कान्ह्यासारखा स्वामी मिळाला जर... '

तो देवदास असल्याची चंद्रमुखीला खात्रीच पटली. तिनं हाक मारली, 'देवदास!'

देवदासनं नुसतं 'हूं' केलं.

'इथं काय पडला आहात. घरी नाही का जायचं?'

'नको. इथंच बरा आहे.'

'अजून थोडी पिणार का?'

'हो. पिईन की!' असं म्हणत त्यानं चंद्रमुखीच्या गळ्यात हात टाकला आणि विचारलं, 'असा कोण बाबा भेटलायेस तू?'

चंद्रमुखीचे डोळे भरून आले. तिनं त्याला कसंबसं उठवलं. तिच्याकडे पाहत तो म्हणाला, 'वा! खास चीज दिसतेय!'

चंद्रमुखी रडता रडताच हसायला लागली. 'हो! आहेच खास चीज! पण आधी तुम्ही माझा आधार घेऊन थोडं पुढे चला. गाडी करायला हवी ना!'

'गाडी तर हवीच की!' देवदासनं पुढे विचारलं, 'सुंदरी, तू मला ओळखतेस?'

'हो. ओळखते.'

देवदास गायला लागला, 'अन्य लोक विसरू दे, भाग्य मी ओळखते... '

चंद्रमुखी त्याला आपल्या घरी घेऊन आली. दारात उभं राहून खिशात हात घालून देवदास म्हणाला, 'रस्त्यावरून उचलून आणलंस, पण माझा खिसा रिकामा आहे.'

चंद्रमुखी काही बोलली नाही. त्याला हात धरून ओढत तिनं आत आणलं आणि गादीवर निजवलं.

देवदास नशेत होताच. पुन्हा बडबडायला लागला, 'तुझा काहीतरी मतलब दिसतोय. पण सांगितलं ना खिशात दमडी नाही... काही मिळणार नाही. समजलं?'

'उद्या द्या.'

'एवढा विश्वास टाकणं बरं नव्हे हं! काय पाहिजे? स्पष्ट सांग.'

'उद्या सांगेन,' असं म्हणून चंद्रमुखी शेजारच्या खोलीत निघून गेली.

देवदास जागा झाला तेव्हा उन्हं बरीच वर आली होती. खोलीत कोणीच नव्हतं. चंद्रमुखी आंघोळ करून स्वंयपाकाला लागली होती. देवदास पाहतच राहिला. इथं तो पूर्वी कधीच आला नव्हता. इथलं काहीही त्याच्या ओळखीचं नव्हतं. रात्रीचं त्याला काहीच आठवत नव्हतं. फक्त कोणीतरी मनापासून आपली सेवा केली एवढंच त्याला स्मरत होतं. तेवढ्यात चंद्रमुखी आत आली. तिच्या रात्रीच्या साजशृंगारात आणि आताच्या साजशृंगारात बराच फरक होता. अंगावर मोजकेच दागिने होते. पण झगझगीत कपडे, पानानं रंगवलेले ओठ असं काही नव्हतं. एक साधी साडी ती नेसली होती. तिला पाहून देवदासनं हसून विचारलं, 'कुठून चोरून आणलंस मला?'

'चोरून नाही आणलं. रस्त्यावरून उचलून आणलं.'

देवदास हसून म्हणाला, 'तसं नाही ग! जरा चेष्टा केली तर बिघडलं कुठं? कधी आलीस?'

'झाला दीड महिना.'

देवदासनं मनातल्या मनात काहीतरी हिशेब केला असावा. त्यानं विचारलं,

'माझ्या घरी गेली होतीस, त्यानंतर आलीस का इथं?'

चंद्रमुखीनं आश्चर्यानं विचारलं, 'मी तुमच्या घरी गेले होते हे तुम्हाला कसं कळलं?'

'तू गेल्यानंतर मी घरी गेलो होतो. ज्या दासीनं तुला वहिनींकडे नेलं होतं तिनंच सांगितलं की अशथझुरी गावाच्या एक बाई आल्या होत्या. त्या दिसायला फार सुंदर होत्या. मग मला समजणं काही कठीण नव्हतं. पण एवढे दागिने केलेस कसे?'

'केले नाहीत. हे खोटे गिलीट केलेले दागिने आहेत. कलकत्त्याला आल्यावर विकत घेतले. बघा, तुमच्यासाठी माझा किती खर्च झाला आणि काल तुम्ही मला ओळखलंसुद्धा नाही.'

देवदास हसला. म्हणाला, 'तुला ओळखलं नाही पण तू घेतलेली काळजी ओळखली. अनेक वेळा मनात आलं की माझ्या चंद्रमुखीशिवाय एवढी काळजी

कोण घेणार बरं?'

चंद्रमुखीला आनंदानं रडावंसं वाटलं. थोड्या वेळानं तिनं विचारलं, 'देवदास, आता माझा पूर्वीइतका तिटकारा वाटत नाही ना?'

'नाही. उलट प्रेम वाटतं.' देवदासनं उत्तर दिलं.

दुपारी आंघोळीच्या वेळी चंद्रमुखीनं पाहिलं की देवदासच्या पोटाला फॅनेल बांधलं आहे. तिनं त्याबद्दल त्याला विचारलं. देवदास म्हणाला, 'पोटात दुखतंय थोडं. अग, असं काय करतेस?'

देवदासचं बोलणं ऐकून चंद्रमुखीनं कपाळावर हात मारून घेतला होता. तिनं विचारलं, 'काही भलतं तर होऊन बसलं नाही ना? लिव्हरचं दुखणं?'

देवदास हसून म्हणाला, 'मला तसंच वाटतंय.'

त्याच दिवशी चंद्रमुखीनं डॉक्टरांना आणलं. त्यांनं बराच वेळ तपासलं. त्यांनाही लिव्हरचीच शंका आली. त्यांनी औषध दिलं आणि काळजी घ्यायला सांगितलं. सांभाळून राह्यलं नाही तर परिणाम वाईट होईल, असंही बजावलं.

दोघांनाही दुखणं गंभीर असल्याचं कळून चुकलं. घरी निरोप पाठवून तिनं धर्मदासला बोलावून घेतलं. औषधपाण्यासाठी बँकेतून पैसे काढले. दोन दिवस असेच गेले. पण तिसऱ्या दिवशी देवदासला ताप भरला. देवदास चंद्रमुखीला म्हणाला, 'अगदी वेळेवर आलीस. नाहीतर भेट झालीच नसती.'

डोळे पुसून चंद्रमुखी जीवाच्या आकांतानं त्याची सेवा-शुश्रुषा करायला लागली. हात जोडून देवापाशी प्रार्थना करायला लागली, 'देवा, अशा संकटाच्या वेळी माझी मदत होईल, असं स्वप्नातही वाटलं नव्हतं. देवदासना बरं कर.'

साधारण महिनाभर देवदास बिछान्याला खिळून होता. नंतर हळूहळू त्याच्यात सुधारणा दिसायला लागली. आजार फार वाढला नाही.

एके दिवशी देवदास चंद्रमुखीला म्हणाला, 'तुझं नाव भलं मोठं आहे. हाक मारायला अवघड जातं. जरा छोटं करीन म्हणतो! कसं?'

चंद्रमुखी म्हणाली, 'ठीक आहे.'

'मग आजपासून तुला 'बहू' च म्हणेन.'

चंद्रमुखीला हसू आलं. 'हाक मारायला हरकत नाही पण त्याला काही अर्थ हवा ना?'

'सगळ्या गोष्टींना अर्थ हवाच कशाला?'

'तुमच्या मर्जीप्रमाणे हाक मारा. पण ही हाक का मारावीशी वाटली? सांगाल का?'

'नाही. ते तू विचारायचं नाहीस.'

'बरं बाई! तुमच्या मनासारखं होऊ द्या.' चंद्रमुखी मान हलवत म्हणाली.

देवदास थोड्या वेळ गप्प बसून राहिला. मग त्यानं अचानक विचारलं, 'बहू, तू माझी इतकी काळजी घेतेस, तू माझी आहेस तरी कोण?'

चंद्रमुखी लाजरी नववधू नव्हती की बोलण्यात कच्ची असलेली किशोरीही नव्हती. ती शांतपणे पण आपुलकीच्या स्वरात म्हणाली, 'तुम्ही माझं सर्वस्व आहात हे अजूनपर्यंत तुम्हाला कळलं नाही का?'

देवदास भिंतीकडे पाहत होता. नजर न हालवता धिम्या आवाजात बोलायला लागला, 'कळलं. पण तेवढा आनंद झाला नाही. पार्वतीवर माझं किती प्रेम होतं! आणि पार्वतीचंही माझ्यावर. पण किती दुःख वाट्याला आलं! किती यातना सोसल्या! तेव्हा पुन्हा ह्या फंदात पडायचं नाही, असं ठरवून टाकलं होतं. मी मुद्दामच दूर राहिलो. पण तू असं का केलंस? मला का बांधून ठेवलंस?' थोड्या वेळ थांबून तो म्हणाला, 'बहू, पार्वतीसारखं तुझ्याही वाट्याला कदाचित् दुःखच येईल.'

चंद्रमुखी तोंडात पदर कोंबून गादीच्या टोकाला तशीच बसून राहिली.

देवदास पुन्हा बोलायला लागला, 'तुम्ही दोघी किती वेगळ्या आहात. तरीही सारख्या आहात. एकजण अतिशय मानी, हट्टी तर दुसरी शांत, संयमी. तिला काहीही सहन होत नाही आणि तू सगळं सहन करतेस. ती यशस्वी आहे, तिला सगळे नावाजतात. पण तुझ्या वाट्याला फक्त बदनामी. सगळे तिच्यावर प्रेम करतात आणि तुझ्यावर कोणीच प्रेम करत नाही. पण मी मात्र करतो. करतो म्हणजे करतोच.' त्यानं एक सुस्कारा सोडला आणि तो पुन्हा बोलायला लागला, 'पापपुण्याचा विचार करणारा तुझा काय न्यायनिवाडा करेल कोण जाणे! पण मृत्यूनंतर पुन्हा भेट झाली तर मी तुझ्यापासून दूर राहू शकणार नाही.'

चंद्रमुखी हुंदके देऊन रडत होती आणि मनातल्या मनात प्रार्थना करत होती, 'देवा, कधी काळी, एखाद्या जन्मी पापाचं प्रायश्चित्त झालंच तर मला एवढं दान देच!'

दोन महिन्यानंतर देवदास आजारातून उठला. पण अशक्तपणा होताच. हवाबदलाची गरज होती. त्यानं धर्मदासला बरोबर घेऊन पश्चिमेकडे जायचं ठरवलं.

'तुम्हाला एक दासी हवीच. मला बरोबर न्या.' असा हट्ट चंद्रमुखीनं धरला.

पण देवदास म्हणाला, 'ते कसं शक्य आहे? वाटेल ते झालं तरी मी एवढा निर्लज्ज होणार नाही.'

चंद्रमुखी गप्प बसली. ती मूर्ख नव्हती. तिला ह्याचा अर्थ कळला. काही झालं तरी तिला जगात मान मिळणं शक्य नव्हतं. तिच्या सहवासामुळे देवदासला सुख मिळेल, सेवा-शुश्रुषा मिळेल पण मान मिळणार नाही. डोळे पुसून तिनं

विचारलं, 'पुन्हा भेट कधी होईल?'

'सांगता येत नाही. पण जिवंत असेपर्यंत तुला विसरणं शक्य नाही. तुला पाहण्यासाठी डोळे नेहमीच आतुरलेले असतील.'

नमस्कार करून चंद्रमुखी बाजूला झाली. मनाशी म्हणाली, 'जे मिळालं तेच खूप आहे. ह्याहून जास्तीची मी आशा केलीच नव्हती.'

जाताना देवदासनं चंद्रमुखीला आणखी दोन हजार रुपये दिले. म्हणाला, 'ठेव हे. माणसाच्या देहाचा भरवसा नाही. शेवटी तू रस्त्यावर पडणार का?'

चंद्रमुखीला ह्याचाही अर्थ समजला. तिनं पैसे घेतले. पुन्हा डोळे पुसून ती म्हणाली, 'एक गोष्ट जाण्याआधी सांगाल का?'

'काय?'

'तुमच्या वहिनी म्हणाल्या होत्या की तुम्हाला घाणेरडा रोग झालाय. खरं आहे हे?'

प्रश्न ऐकून देवदासला वाईट वाटलं. 'वहिनी काहीही म्हणोत, पण तुला माहीत नाही का? पार्वतीपेक्षाही काही गोष्टी तुलाच जास्त माहीत आहेत.'

चंद्रमुखी रडू आवरत म्हणाली, 'सुटले बाई! पण तरीही सांभाळून राहा. तुमची तब्येत बरी नाही. कधी काहीतरी करून बसू नका.'

देवदासनं उत्तर दिलं नाही. तो फक्त हसला.

चंद्रमुखी म्हणाली, 'आणखी एक भीक घाला– जरा जरी बरं वाटेनासं झालं तरी लगेच मला कळवा.'

'कळवेन बरं, बहू!'

पुन्हा एकदा नमस्कार करून चंद्रमुखी आत पळत सुटली.

◆

१६

कलकत्ता सोडल्यावर देवदास काही दिवस अलाहाबादला राहिला. एके दिवशी त्याच्या मनात काय आले कोणास ठाऊक! त्यानं चंद्रमुखीला पत्र लिहिलं, 'बहू, ठरवलं होतं की पुन्हा कधीही प्रेम करायचं नाही. एकदा हात हलवीत यावं लागल्यावर पुन्हा तेच करणे ह्यापेक्षा विडंबना जगात दुसरी काय असणार?'

चंद्रमुखीनं उत्तर काय दिलं, हे समजावून घ्यायची आवश्यकताच नाही. ती एकदा तरी यावी, असं त्याला मनातून वाटायचं. पण दुसऱ्याच क्षणी घाबरून तो हा विचार उडवून लावायचा. पार्वतीला ही गोष्ट समजली तर? त्याच्या हृदयावर पार्वती आणि चंद्रमुखी दोघीही अधिकार गाजवीत होत्या. त्या दोघी जणू एकमेकींना चांगल्या ओळखत होत्या.

त्या दोघी त्याच्या हृदयावर राज्य करत होत्या. पण कधीतरी मध्येच त्याला वाटायचं त्या दोघी झोपी गेल्यात. अशा वेळी मनात फक्त रितेपण भरून राहयचं. रित्या मनात निर्जीव अतृप्ती थैमान घालायची. अलाहाबादला काही दिवस राहिल्यावर देवदास लाहोरला गेला.

चुनीलाल लाहोरला नोकरी करत होता. देवदास आल्याचं कळताच तो भेटायला आला. बऱ्याच दिवसांनी देवदास दारूला शिवला. चंद्रमुखीनं पिण्यास बंदी केली होती, त्याची त्याला आठवण झाली. त्याच्या मनात विचार आला की चंद्रमुखी किती विचारी, शांत आणि धीराची आहे! किती प्रेम आहे तिचं आपल्यावर! आता पार्वती झोपी गेली होती. विझणारी वात मध्येच मोठी व्हावी तशी तिची मध्येच तीव्रतेनं आठवण व्हायची.

लाहोरची हवा देवदासला मानवली नाही. त्याला पुन्हा आजारपण आलं. पोटातलं दुखणं वाढलं. धर्मदास रडकुंडीला येऊन एकदा देवदासला म्हणालाही, 'देवता, तुमची तब्येत ठीक नाही. आपण दुसरीकडे कुठंतरी जाऊ या.'

देवदास कोरडेपणानं म्हणाला, 'चल. जाऊ या.'

देवदास घरी पीत नसे. चुनीलाल कधी भेटायला आलाच तर प्यायचा. कधी कधी रात्री तो बाहेर जायचा. उशिरा परत यायचा. तर कधी घरी यायचाच नाही.

आताही असंच झालं होतं. दोन दिवस त्याचा पत्ता नव्हता. धर्मदास अन्नाला शिवला नव्हता. रडून त्याचे डोळे लाल झाले होते. तिसऱ्या दिवशी देवदास घरी आला तो तापानं फणफणूनच. त्यानं अंथरुण धरलं. त्याला उठणंसुद्धा अशक्य झालं. तीन-चार दिवस डॉक्टर येऊन तपासून जात होते.

‘आईंना काशीला कळवावं... ’ धर्मदासनं सुचवलं.

देवदासनं त्याला अडवलं. ‘शी! आईला मी तोंड दाखवू? कसं शक्य आहे?’

‘दुखणंबाणं कोणाला चुकलंय! पण एवढ्या मोठ्या आजाराच्या वेळी आईशिवाय कोणाचा आधार? देवता, लाज-शरमेची गोष्ट सोडा. आपण काशीला जाऊ या.’ धर्मदासनं आपलं म्हणणं ठामपणे मांडलं.

देवदास तोंड फिरवून म्हणाला, ‘नाही, धर्मदास! आताच तिच्याकडे जाणं शक्य नाही. बरं वाटल्यावर जाऊ या.’

धर्मदासच्या तोंडावर चंद्रमुखीचं नाव आलं होतं. पण तो तिचा इतका राग करत होता की त्यानं तो विचार झटकूनच टाकला. देवदासलाही अनेक वेळा चंद्रमुखीला बोलवावंसं वाटलं होतं पण त्याला आता बोलायचीसुद्धा इच्छा होत नव्हती. अर्थात् कोणीही आलं नाही. कोणालाही कळलं नाही.

काही दिवसांनंतर देवदासला जरा बरं वाटलं. हळूहळू तब्येत सुधारायला लागली. एके दिवशी अंथरुणावर उठून बसत तो धर्मदासला म्हणाला, ‘चल. दुसरीकडे कुठं जाऊ या.’

धर्मदासनं पुन्हा तीच भुणभुण लावली, ‘आईशिवाय कोण असतं अडचणीच्या वेळी? लाजायचं काही कारण नाही. देवता, काशीलाच जाऊ या.’

चुनीलालचा निरोप घेऊन देवदास निघाला आणि पुन्हा अलाहाबादला आला. आता त्याची तब्येत बरीच सुधारली होती. काही दिवसांनंतर तो म्हणाला,

‘धर्म, एखाद्या नवीन ठिकाणी गेलं तर? मी मुंबई पाहिली नाही. जाऊ या?’

देवदासच्या आग्रहामुळे, इच्छा नसतानाही, धर्मदासनं होकार दिला. ज्येष्ठ महिना असल्यानं मुंबईची हवा फारशी उष्ण नव्हती. इथं देवदासची तब्येत बरीच सुधारली.

धर्मदासनं विचारलं, ‘आता घरी जायला काय हरकत आहे?’

‘इथंच बरं आहे. काही दिवस इथंच राहू या.’ देवदासनं उत्तर दिलं.

एक वर्ष लोटलं होतं. भाद्रपदाच्या एका सकाळी धर्मदासचा आधार घेत देवदास मुंबईच्या एका हॉस्पिटलमधून बाहेर पडून घोडागाडीत येऊन बसला.

‘देवता, मी सांगतो, आता तरी आईंकडे जाऊ या.’

देवदासचे डोळे भरून आले. आज कित्येक दिवस त्याला आईची आठवण येत होती. हॉस्पिटलमध्ये पडल्या पडल्या तो विचार करत होता की त्याला सर्व आहेत, पण तो कोणाचा नाही. त्याला आई आहे, मोठा भाऊ आहे, बहिणीहून जास्त अशी पार्वती आहे, चंद्रमुखीही आहे.– सगळे आहेत. पण तो कोणाचाही नाही.

धर्मदासचे डोळेही ओले झाले. तो म्हणाला, ‘दादा, तर मग आईंकडे जायचं ठरलं ना?’

देवदासनं तोंड फिरवून डोळे पुसले. 'नाही, धर्मदास! मला आईला तोंड दाखवायची इच्छा होत नाही.– ती वेळ अजून आली नाही.'

म्हातारा धर्मदास मोठ्यानं रडत म्हणाला, 'दादा, आई आहेत अजून.'

धर्मदासच्या ह्या बोलण्यातून जे सूचित झालं ते दोघांनाही समजलं. देवदासची तब्येत ढासळली होती. लिव्हर आणि प्लीहा वाढली होती. त्यात पुन्हा ताप, खोकला. त्याचा गोरा रंग पार नाहीसा होऊन चेहरा काळाठिक्कर पडला होता. हाडांचा सांगाडा उरला होता. केस गळले होते. हातांची बोटं बारीक झाली होती. भयानक आजारामुळे ती किळसवाणी दिसत होती.

स्टेशनवर आल्यावर धर्मदासनं विचारलं, 'कुठलं तिकिट काढू, देवता?'

'चल. घरी जाऊ या. तिथं गेल्यावर पुढचं बघता येईल.'

हुगळीचं तिकिट काढून ते गाडीत चढले. धर्मदास देवदासजवळच बसला. संध्याकाळ होण्याआधीच देवदासचे डोळे जळजळायला लागले. त्याला ताप भरला. तो धर्मदासला म्हणाला, 'घरी पोहोचणंही कठीण दिसतेय मला!'

धर्मदासनं घाबरून विचारलं, 'असं का म्हणता, दादा?'

देवदास हसायचा प्रयत्न करत म्हणाला, 'पुन्हा ताप भरलाय, धर्म!'

गाडीनं काशी सोडली तेव्हा देवदास तापामुळे ग्लानीत होता. त्याला शुद्ध नव्हती. गाडी पाटण्याच्या जवळ आली तेव्हा त्याला शुद्ध आली. तो म्हणाला, 'धर्मदास, काशीला आईकडे जाणं राहूनच गेलं की रे!'

'दादा, चला. पाटण्याला उतरून डॉक्टरांना दाखवू...'

त्याला थांबवत देवदास म्हणाला, 'नको. आपण घरी जाऊ.'

गाडी पांडुयाला येऊन थांबली. तेव्हा पहाट होत होती. रात्रभर पाऊस पडून आता थांबला होता. देवदास उठून बसला. खाली धर्मदास गाढ झोपला होता. देवदासनं हळूच त्याच्या कपाळावर हात ठेवला. पण धर्मदासला उठवायला त्याला संकोच वाटला. नंतर डब्याचा दरवाजा हलकेच उघडून देवदास स्टेशनवर उतरला. गाढ झोपलेल्या धर्मदासला घेऊन गाडी पुढे निघून गेली.

थरथर कापत देवदास स्टेशनच्या बाहेर आला. त्यानं एका टांगेवाल्याला विचारलं, 'बापू, हातीपोत्याला घेऊन जाणार का?'

टांगेवाल्यानं एकदा देवदासकडे पाहिलं. मग इकडे-तिकडे पाहिलं आणि म्हणाला, 'नाही बाबू! रस्ता चांगला नाही. ह्या अशा पावसात टांगा तिथपर्यंत जाणार नाही.'

देवदास काळजीत पडला. 'पालखी मिळेल?'

'नाही.'

देवदासनं बसकणच मारली. 'मग तिथं जाणं होणारच नाही का?'

त्याच्या चेहऱ्यावरून त्याचा शेवट जवळ आल्याचं कोणालाही कळण्यासारखं होतं. टांगेवाल्याचंही काळीज हललं. 'बाबू, बैलगाडी आणून देऊ?' त्यानं विचारलं.

'केव्हा पोहोचेल?' देवदासनं उलट प्रश्न केला.

'रस्ता फार खराब आहे, बाबू! दोन दिवस तरी लागतील.'

देवदास मनातल्या मनात हिशेब करत पुटपुटला, 'जगेन का मी दोन दिवस? पण पार्वतीकडे जायलाच पाहिजे. तो अनेक वेळा खोटं बोलला होता, खोटं वागला होता. त्याची त्याला आठवण झाली. पण शेवटच्या भेटीच्या दिवशी दिलेलं वचन पूर्ण करायलाच पाहिजे. काहीही करून पार्वतीला एकदा भेटलंच पाहिजे. पण आता फार दिवस बाकी नाहीत, हीच तर काळजी आहे.'

देवदास बैलगाडीत बसला आणि आईच्या आठवणीनं त्याचे डोळे वाहायला लागले. आणखी एक व्यक्ती अतिशय पवित्र वाटायला लागली आणि ती म्हणजे चंद्रमुखी. जिला तो इतके दिवस पापी समजत होता, जिला झिडकारत होता ती त्याच्या मन:चक्षूंसमोर त्याच्या आईबरोबर मोठ्या गौरवानं उभी असलेली पाहून त्याच्या डोळ्यांना धारा लागल्या. आता पुन्हा तिची भेट होणं शक्यच नव्हतं. एवढंच नाही तर बरेच दिवस तिला बातमीही कळणार नव्हती. तरीही पार्वतीकडे जायला पाहिजे. 'एक दिवस येईन' असं देवदासनं शपथ घेऊन सांगितलं होतं. आज त्याला प्रतिज्ञा पूर्ण करायलाच हवी.

रस्ता अतिशय खराब होता. पावसानं कुठं कुठं रस्ता खचला होता, कुठं कुठं मध्येच पाणी साठलं होतं. सगळीकडे चिखलच चिखल झाला होता. बैलगाडी खदडत खदडत चालली होती. गाडीवाल्याला कधी रुतलेलं चाक काढावं लागत होतं, तर कधी बैलांवर चाबूक चालवावा लागत होता. काहीही करून सोळा कोस रस्ता पार करायचा होता. बोचरा वारा वाहत होता. आजही संध्याकाळ होण्याआधीच देवदासला ताप भरला. त्यानं घाबरून गाडीवानाला विचारलं, 'आणखी किती रस्ता आहे, बापू?'

'अजून आठ दहा कोस आहे, बाबू.'

'लवकर घेऊन चल, बापू! तुला भरपूर बिदागी देईन.' खिशातून शंभराची नोट काढून गाडीवानाला दाखवत तो पुढे म्हणाला, 'शंभर रुपये देईन. घेऊन चल.'

त्यानंतर गाडी कुठून, किती गेली त्याचा देवदासला पत्ताच लागला नाही. रात्रभर तो ग्लानीतच होता. सकाळी त्याला जरा शुद्ध आल्यावर त्यानं विचारलं, 'बापू, अजून किती? हा रस्ता संपणार की नाही?'

'आता सहा कोस राहिलाय बाबू.'

देवदास एक उसासा सोडून म्हणाला, 'जरा घाई कर, बापू! वेळ नाही माझ्याजवळ.'

गाडीवानाला त्याच्या बोलण्याचा अर्थ कळला नाही पण नव्या जोमानं बैलांना हाकारत तो गाडी जोरात न्यायचा प्रयत्न करायला लागला. आत देवदास तडफडत होता. 'भेट होईल का? मी तिथं पोहचेन का?' एवढाच विचार त्याच्या मनात घोळत होता.

दुपारी गाडीवानानं गाडी थांबवून बैलांना चारा टाकला. स्वत:ही थोडं खाल्लं. त्यानं देवदासला विचारलं, 'बाबू, तुम्ही काही खाणार नाही का?'

'नाही, बापू! पण फार तहान लागलीय. थोडं पाणी देशील का?'

गाडीवानानं रस्त्यालगतच्या तळ्यातून पाणी आणून दिलं.

आज संध्याकाळनंतर तापाबरोबर देवदासच्या नाकातून रक्त यायला लागलं. त्यानं जोरात नाक दाबून धरताच तोंडातून रक्त वाहायला लागलं. त्याला आता धापही लागली. त्यानं पुन्हा विचारलं, 'अजून किती?'

'अजून दोन-एक कोस आहे, बाबू. रात्री दहापर्यंत पोहोचू.'

मोठ्या कष्टानं मान उचलून रस्त्याकडे पाहत देवदास पुटपुटला, 'देवा!'

'बाबू, असं काय करताय?' गाडीवानानं विचारलं.

देवदास त्याच्या प्रश्नाचं उत्तर देऊ शकला नाही. गाडी पुढे पुढे जातच राहिली.

रात्री दहाला नव्हे तर बाराला हातीपोताच्या जमीनदारबाबूंच्या वाड्यासमोरच्या पिंपळापाशी गाडी येऊन थांबली. गाडीवान देवदासला हाक मारून म्हणाला, 'बाबू, उतरा. ठिकाण आलं.'

काहीच उत्तर मिळालं नाही. त्यानं पुन्हा हाक मारली. तरी उत्तर आलं नाही. मग मात्र गाडीवान घाबरला. कंदील तोंडाजवळ आणून त्यानं विचारलं, 'बाबू, झोप लागली का?'

देवदासचे डोळे उघडे होते. ओठ हलले. पण शब्द बाहेर पडले नाहीत. गाडीवानानं पुन्हा हाक मारली, 'ओ बाबूऽ'

देवदासला हात उचलायचा होता. पण उचलला गेला नाही. फक्त डोळ्यांच्या कोपऱ्यांतून पाणी गळलं. गाडीवानानं पिंपळाच्या पारावर गवत पसरलं. मग कसंबसं देवदासला उचलून त्यावर निजवलं. आजूबाजूला कोणीच नव्हतं. जमीनदारांचा वाडा झोपला होता. शांतपणे. देवदासनं खिशातून कशीबशी नोट काढून दिली. कंदिलाच्या उजेडात गाडीवानानं पाहिलं की बाबू त्याच्याकडे पाहताहेत पण बोलू शकत नाहीत. त्याला स्थितीचा अंदाज आला. त्यानं नोट चादरीत बांधली. शाल देवदासच्या अंगावर घातली. कंदील जळत होता आणि नवा सोबती पायाजवळ विचार करत बसला होता.

पहाट झाली. जमीनदारांच्या वाड्याला जाग आली. लोकांची ये-जा सुरू

झाली. त्यांना एक अद्भुत दृश्य दिसलं. पारावर एक प्रतिष्ठित माणूस शेवटच्या घटका मोजत होता. अंगावर शाल, पायात चकचकीत जोडे, बोटात अंगठी. खूप लोक गोळा झाले. भुवनबाबूंच्या कानावर ही बातमी गेल्यावर त्यांनी डॉक्टरांना बोलावणं पाठवलं. तेही 'काय झालंय' ते बघायला गेले. देवदास सर्वांकडे पाहत होता. पण त्याची वाचा बसली होती. एक शब्दही त्याच्या तोंडातून फुटला नाही. फक्त डोळ्यांतून पाणी वाहत होतं. गाडीवानानं त्याला माहीत होतं तेवढं सांगितलं. पण त्याचा काही फायदा झाला नाही.

डॉक्टर म्हणाले, 'श्वास लागलाय. संपलंय सगळं.'

सगळे हळहळले.

वरती पार्वतीच्या कानावरही ही हकिगत गेली. तिलाही हळहळ वाटली. कोणीतरी दया येऊन देवदासच्या तोंडात थोडं पाणी घातलं. देवदासनं त्याच्याकडे करुण नजरेनं पाहिलं आणि डोळे मिटले. नंतरही थोड्या वेळ तो होता. मग सारं संपलं.

आता कोण प्रेताला शिवणार, कोणी अग्नी द्यायचा, प्रेताची जात कोणती वगैरे गोष्टींबद्दल लोक चर्चा करायला लागले. भुवनबाबूंनी जवळच्या पोलिसचौकीत खबर दिली. फौजदारांनी चौकशीला सुरुवात केली. प्लीहा-लिव्हरच्या दुखण्यानं मृत्यू. नाकातोंडात रक्ताचे डाग. खिशात दोन पत्रं. एक तालसोनापूरच्या द्विजदास मुखोपाध्यायनं मुंबईच्या देवदासला लिहिलं होतं– 'आता पैसे पाठवणं शक्य नाही.' दुसरं काशीच्या हरिमतीदेवींनी देवदासलाच लिहिलं होतं.– त्याची खुशाली विचारण्यासाठी. डाव्या हातावर त्याच्या नावाचं आद्याक्षर गोंदवलेलं होतं. फौजदारांनी पाहणी करून जाहीर केलं, 'हा माणूस म्हणजेच देवदास मुखोपाध्याय.' हातात निळ्या खड्याची अंगठी– किंमत अंदाजे दीडशे. अंगावरची शाल– किंमत अंदाजे दोनशे. कपडे– वगैरे सर्व फौजदारांनी लिहून घेतलं. चौधरीमोशाई आणि महेन्द्र तेथे हजर होतेच. तालसोनापूरचं नाव ऐकताच महेन्द्र म्हणाला, 'छोट्या माच्या माहेरच्या गावचं दिसतंय कोणीतरी. तिनं पाहिलं तर... '

चौधरीमोशाई त्याला थोपवीत रागानं म्हणाले, 'ती इथं प्रेताची ओळख पटवायला येणार होय?'

फौजदार हसून म्हणाले, 'वेडबीड लागलंय का?'

प्रेत ब्राह्मणाचं असलं तरी त्याला शिवायला कोणीही तयार झालं नाही. अखेर डोंबानं प्रेत बांधून नेलं. नंतर एका आटलेल्या डबक्यापाशी अर्धवट जळालेल्या स्थितीत फेकून दिलं. तिथं कावळ्यांनी आणि गिधाडांनी गर्दी केली. कोल्ह्या-कुत्र्यांत मारामारी सुरू झाली. ज्यांनी पाहिलं तेही चुकचुकले. ज्यांनी ऐकलं तेही चुकचुकले. जमीनदारवाड्यातील दासदासींना, नोकराचाकरांना बोलायला एक विषय

मिळाला. 'केवढा मोठा माणूस! बडा माणूस! दोनशेची शाल. दीडशेची अंगठी. सगळं फौजदाराच्या ताब्यात आहे. दोन पत्रं सापडली. तीही ताब्यात घेतलीत.'

पार्वतीला सकाळीच कळलं होतं. पण हल्ली ती कशातच लक्ष घालत नसे. त्यामुळे तिला नीटसं काहीच कळलं नव्हतं. पण सगळेच ह्या विषयी बोलताहेत असं पाहून पार्वतीनं संध्याकाळच्या सुमाराला एका दासीला विचारलं,

'काय झालं ग? कोण गेलं?'

दासी म्हणाली, 'कोण ते कळलं नाही, मा! पूर्वजन्मीचे लागेबांधे असतील म्हणून इथं मरायला आला. रात्रीपासून थंडीवाऱ्यात पडून होता. आज नऊ वाजता गेला.'

पार्वती उसासून विचारायला लागली, 'कोण ते कळलं नाही का ग?'

दासी म्हणाली, 'महेनबाबूंना सगळं ठाऊक आहे. मला तेवढं कळलं नाही, मा!'

पार्वतीनं महेन्द्रला बोलावून आणलं. त्यानं सांगितलं, 'मा, तुझ्या माहेरच्या गावचा देवदास मुखोपाध्याय.'

पार्वती महेन्द्रच्या अगदी जवळ येऊन उभी राहिली. तीक्ष्ण दृष्टीनं त्याच्याकडे पाहत तिनं विचारलं, 'काय? देवदादा? कशावरून ओळखलं?'

'खिशात दोन पत्रं मिळाली. एक द्विजदास मुखोपाध्यायांनी लिहिलं होतं...'

पार्वती मध्येच म्हणाली, 'हो. त्याचा दादा...'

'आणि दुसरं काशीहून हरिमतीदेवींनी लिहिलेलं...'

'ती त्याची आई.'

'हातावर गोंदवलं होतं स्वत:चं नाव...'

'हो. प्रथम कलकत्त्याला गेला तेव्हा गोंदवून घेतलं होतं त्यानं.'

'बोटात निळ्या खड्याची अंगठी...'

'हो. काकांनी त्याच्या मुंजीत केली होती त्याला. मी जाते.' असं म्हणून पार्वती धावत खाली निघाली.

महेन्द्रला काही सुचेना. तो म्हणाला, 'अग, मा! कुठं निघालीस?'

'देवदासकडे.'

'अग, तो गेला. डोंब घेऊन गेला.'

'आई गऽ अयाई गऽऽ' पार्वती रडतभेकत धावत सुटली. महेन्द्रनं धावत जाऊन तिला आडवलं. तो म्हणाला, 'मा, वेड लागलंय का तुला? कुठं चाललीस?'

पार्वतीनं महेन्द्रकडे अशा काही मर्मभेदक, जळजळीत नजरेनं पाहिलं की त्याला तिची वाट सोडावीच लागली. ती ओरडून म्हणाली, 'महेन, तुला मी खरंच वेडी वाटते की काय? रस्ता सोड.'

पार्वती पुढे आणि महेन्द्र तिच्या मागून धावायला लागला. बाहेर नायब-गुमास्त्यांचं काम सुरू होतं. ते पाहतच राहिले. चष्म्यातून वर पाहत चौधरीमौशाईंनी विचारलं, 'कोण धावत जातंय रे?'

'मा.' महेन्द्रनं उत्तर दिलं.

'म्हणजे? कुठं निघालीय ती?'

'देवदासला पाहायला.' महेन्द्रनं कसंबसं उत्तर दिलं.

भुवन चौधरी कर्कश ओरडले, 'अरे, सगळ्यांना काय वेड लागलंय का? धरा. पकडा, पकडा तिला. वेड लागलं का? ए महेन, धर तिला.'

भुवनबाबूंचा आरडाओरडा ऐकून दासदासी, नोकरचाकर पार्वतीमागे पळाले आणि बेशुद्ध होऊन पडलेल्या पार्वतीला त्यांनी आत उचलून आणलं. दुसऱ्या दिवशी शुद्धीवर आल्यावरसुद्धा ती चकार शब्द बोलली नाही. दासीला फक्त एवढंच विचारायला लागली, 'रात्रीच आला होता ना? सबंध रात्रभर... ' त्यानंतर ती एकदम गप्प झाली.

आता पार्वती कशी आहे, तिचं पुढे काय झालं, माहीत नाही. विचारायचीही इच्छा नाही. फक्त देवदासबद्दल खूप वाईट वाटतं. तुम्ही कोणी ही कथा वाचलीत तर आमच्यासारखं तुम्हालाही दु:ख होईल. जर देवदाससारख्या दुर्दैवी, मद्यासक्त, पाप्याबरोबर तुमची ओळख झाली तर त्याच्यासाठी प्रार्थना करा. त्याच्यासारखं मरण दुसऱ्या कोणाला कधीही येऊ नये, अशी प्रार्थना करा. मरणात हानी काही नाही. पण त्या वेळी एखादा प्रेमळ हात त्याच्या कपाळावर असावा– एखादा ममताळू, स्नेहशील चेहरा पाहत पाहत जीवनाचा अंत व्हावा, कोणाच्या तरी डोळ्यांतील आसू पाहता पाहता डोळे मिटावेत.

◆

गांधर्वी

मूळ बंगाली लेखिका

बाणी बसू

अनुवाद

मृणालिनी गडकरी

कंठात वैखरी, हृदयात मध्यमा, स्वाधिष्ठानात पश्यंती.
त्यापुढे गभीरात गेल्यावर ती वाणी माणसाला ऐकू येत नाही. ती
मग होते परा. सूरलोकांच्या मार्गावरून चालता चालता
एखादा अन्यमनस्क देवगंधर्व मर्त्यलोकात येऊन पडला तर त्याच्या
दु:खाला पारावार राहत नाही. त्याला जेवढं देता येईल तेवढं तो देऊन जातो.
त्याला आणखीही द्यायची इच्छा असते, पण आम्हा माणसांना–माणसांनाच
कशाला- माणसातल्या गंधर्वानाही तरी ही कुठं कळतं!
ईश्वरी वस्तू धरून ठेवण्याचं सामर्थ्य आमच्यात कुठलं!

www.ingramcontent.com/pod-product-compliance
Lightning Source LLC
LaVergne TN
LVHW051952060526
838201LV00059B/3612